அன்புள்ள டாக்டர் மார்க்ஸ்

(ஒரு சோசலிச பெண்ணியலாளரின் கடிதம்)

ஷீலா ரௌபாத்தம்

தமிழாக்கம், அறிமுகம், விளக்கக் குறிப்புகள்

வ.கீதா, எஸ்.வி. ராஜதுரை

பரிசல்

அன்புள்ள டாக்டர் மார்க்ஸ்
(ஒரு சோசலிச பெண்ணியலாளரின் கடிதம்)
ஷீலா ரௌபாத்தம்
தமிழாக்கம்: வ.கீதா, எஸ்.வி. ராஜதுரை

பரிசல் முதல் பதிப்பு: நவம்பர் 2022

வெளியீடு: பரிசல் புத்தக நிலையம்
235, P. பிளாக் MGR முதல் தெரு,
MMDA காலனி, அரும்பாக்கம், சென்னை – 600 106.
பேச: 9382853646, 8825767500
மின்னஞ்சல்: parisalbooks@gmail.com

அச்சுக்கோப்பு : வி. தனலட்சுமி

அச்சாக்கம்: ஏ.எஸ்.எக்ஸ் பிரிண்டர்ஸ், சென்னை–5.

பக்கம்: 144

விலை ரூ: 160

Anbulla Dr. Marx
(Dear Dr. Marx)
A letter from a Socialist feminist

Sheela Rowbaththam
Translated by : V. Geetha, S.V. Rajaduri

Parisal First Edition: November 2022

Published by : Parisal Putthaga Nilayam
No. 235, 'P' Block, MGR First Street,
MMDA Colony, Arumbakkam, Chennai - 600 106.
Mobile: 9382853646, 8825767500
Email: parisalbooks@gmail.com

DTP : V. Dhanalakshmi

Printed at: ASX Printers, Chennai - 5.

ISBN : 978-93-91949-65-5

Pages: 144

Price Rs. 160

உள்ளே

மொழிபெயர்ப்பாளர் குறிப்பு *5*

அறிமுகம் *7*

அறிமுகத்துக்கான துணை நூல்களும் கட்டுரைகளும் *45*

அன்புள்ள டாக்டர் மார்க்ஸ்
ஒரு சோசலிசப் பெண்ணிலையாளரின் கடிதம் *47*

வரலாற்றுப் பாத்திரங்கள் குறித்த
விளக்கங்கள் *78*

விளக்கக் குறிப்புகள் –1 *84*

விளக்கக் குறிப்புகள்–1 க்கான
துணை நூல்களும் கட்டுரைகளும் *111*

விளக்கக் குறிப்புகள் – II *112*

2. ஷார்ல் ஃபூரியெ
(Charles Fourier, 1772-1837) *120*

3. இராபர்ட் ஓவன் *131*

4. விமர்சன – கற்பனாவாத சோசலிசம்
பற்றிய கம்யூனிஸ்ட் கட்சி
அறிக்கையின் விமர்சனம் *136*

விளக்கக் குறிப்புகள் III
சாசன இயக்கம் (Chartist Movement) *141*

விளக்கக் குறிப்புகள் – II, III *ஆகியவற்றுக்கான*
துணை நூல்களும் கட்டுரைகளும் *144*

மொழிபெயர்ப்பாளர் குறிப்பு

(முதல் பதிப்பின் முன்னுரை)

ஷீலா ரௌபாத்தம் எழுதிய Dear Dr. Marx & A Letter from a Socialist Feminist என்ற கற்பனைக் கடிதம் இலண்டனிலுள்ள மெர்லின் பிரஸ் வெளியிட்டுள்ள Socialist Register 1998 என்பதில் இடம் பெற்றுள்ளது. அக்கடிதத்தின் இறுதியில் தரப்பட்டுள்ள தரவுகள், தமிழாக்கத்தில் ஆங்காங்கே அதே அரபு எண் வரிசையின்படி அடிக்குறிப்புகளாகத் தரப்பட்டுள்ளன. கடிதத்தின் தலைப்புக்கு ('அன்புள்ள டாக்டர் மார்க்ஸ்') ஷீலா ரௌபாத்தம் (நட்சத்திரக் குறியிட்டு) எழுதியுள்ள அடிக்குறிப்பும் தமிழாக்கத்திலும் அடிக்குறிப்பாகவே தரப்பட்டுள்ளது. தேவைப்பட்ட இடங்களில் நட்சத்திரக் குறிகளிடப்பட்ட அடிக்குறிப்புகள் சிலவற்றை நாங்களும் எழுதியுள்ளோம். அரபு எண்கள் உள்ள அடிக்குறிப்புகளுக்கு மேலதிக விளக்கங்கள் தேவைப்படும் என்று நாங்கள் கருதிய இடங்களில், அக்கூடுதல் விளக்கங்களை அடைப்புக் குறிகளுக்குள் வழங்கியுள்ளோம்.

மூலக் கட்டுரையைச் சரியாகவும் ஆழமாகவும் புரிந்து கொள்வதற்காக ஓர் அறிமுகத்தையும் மூன்று பகுதிகளடங்கிய விளக்கக் குறிப்புகளையும் எழுதியுள்ளோம். அவ்விளக்கக் குறிப்புகள் I, II, III என எண்களிடப்பட்டுள்ளன. நாங்கள் பயன்படுத்திய உசாத்துணை நூல்கள், கட்டுரைகள் ஆகியன ஆங்காங்கே அடிக் குறிப்புகளிலும் தனித்தனிப் பட்டியல்களிலும் தரப்பட்டுள்ளன.

ஷீலா ரௌபாத்தம் எழுதிய கற்பனைக் கடிதத்திற்கான தரவுகள் என அடிக்குறிப்புகளில் குறிப்பிடப்படும் நூல்கள்,

கட்டுரைகள், ஏடுகள் ஆகியன தவிர கீழ்க்காணும் நூல்களையும் தான் பயன்படுத்தி உள்ளதாகக் குறிப்பிட்டுள்ளார்:

Werner Blumenberg, Karl Marx, NLB, London 1972, Maire Cross and Tim Gray, The Feminism of Flora Tristan, Berg, Oxford, 1992. Carl J. Guarneri, The Utopian Alternative. Fourierism in Nineteenth Century America, Cornell University Press, Ithaca, 1991. Claire Goldberg Moses, French Feminism in the 19th Century, State University of New York, Albany, 1984. H.F. Peters, Red Jenny. A Life With Karl Marx, Allen and Unwin, London, 1986. Joan Wallach Scott, Gender and the Politics of History, Columbia University Press, New York, 1988.

நாங்கள் பயன்படுத்திய சில அரிய நூல்களைத் தந்துதவிய கார்ல் மார்க்ஸ் நூலகத் தோழர் ச. சீ.கண்ணன், அடையாறு நூலக நூலகர்கள்;

சில பிரெஞ்சுச் சொற்களையும் பெயர்ச் சொற்களையும் முறையே தமிழாக்கம் செய்து கொடுத்தும் தமிழ் உச்சரிப்புக்குக் கிட்டத்தட்ட நெருங்கிவரும் வகையில் தமிழில் எழுதிக் கொடுத்தும் உதவிய அன்பு நண்பரும் மொழியாக்கக் கலையில் மிகுந்த தேர்ச்சி பெற்றவர்களிலொருவருமான வெ. ஸ்ரீராம்;

மிகக் குறுகிய காலத்தில் கையெழுத்துப்படிகளை அச்சுக் கோப்பு செய்து கொடுத்த 'விஜி கிராஃபிக்ஸ்' நண்பர் நீ. இராசேந்திரன்,

அட்டை வடிவமைப்புச் செய்த நண்பர் வசந்தகுமார், கையெழுத்துப் படிகளைப் படியெடுத்துக் கொடுத்த வ. சுசீலா, இப்பணிக்கு இடைவிடா ஊக்கம் தந்துவந்த சகு,

இந்நூலை வெளியிட முன்வந்த அன்புத் தோழர் 'விடியல் சிவா ஆகியோருக்கு எங்கள் இதயம் நிறைந்த நன்றி.

பிப்ரவரி 28, 1999   வ. கீதா எஸ்.வி. ராஜதுரை

அறிமுகம்

'கம்யூனிஸ்ட் கட்சி அறிக்கை' வெளிவந்து 150 ஆண்டுகள் முடிந்து விட்ட வரலாற்றுச் சூழலில், அந்த அறிக்கையிலுள்ள விவாதங்கள், அது முன்வைத்த விளக்கங்கள், அனுமானங்கள், அதன் தொலைநோக்குப் பார்வையின் இன்றைய பொருத்தப்பாடு ஆகியன புதிய மதிப்பீடுகளுக்கு உட்படுத்தப்பட்டு வருகின்றன. சோவியத் யூனியன் சிதறுண்டு போனதாலும், பல கிழக்கு ஐரோப்பிய நாடுகள் கண்டுள்ள அரசியல் மாற்றங்களின் விளைவாகவும், சீனா, வியட்நாம் ஆகியவற்றில் ஏற்பட்டுள்ள பெரும் பொருளாதார மாற்றங்களாலும் செல்வாக்கும் மதிப்பும் இழந்திருந்த சோசலிசச் சிந்தனைக்கு இத்தகைய மதிப்பீடுகள் புத்துயிரூட்டியுள்ளன.

கம்யூனிஸ்ட் கட்சி அறிக்கையின் தீர்க்கமான பார்வை, முதலாளியத்தின் உள்ளார்ந்த முரண்பாடுகள் பற்றி அவ்வறிக்கை வெளிப்படுத்திய புரிதல்; உழைக்கும் மக்களின் அந்நியமாதல்; பூர்ஷ்வா வர்க்கத்தின் ஆற்றல், வலிமை, வரம்புகள் ஆகியன குறித்து மார்க்ஸ் கொண்டிருந்த ஆழமான, கருத்துகள்; மார்க்சின் கற்பனை வளம், கவித்துவ நடை– இவை அனைவற்றையும் பற்றி பல்வேறு ஆய்வுகளும், கட்டுரைகளும் [1]கடந்த ஆண்டில் வெளிவந்துள்ளன. 'கம்யூனிஸ்ட் கட்சி அறிக்கையின் இன்றைய பொருத்தப்பாடு, வரலாற்றின் இயக்கம் குறித்து அது கொண்டிருந்த விளக்கங்கள், அவ்வறிக்கை வெளிவந்த காலத்தின் வரலாற்று நிகழ்வுகள் ஆகியன பற்றி மார்க்சிய வரலாற்றாசிரியர்களும் தத்துவவாதிகளும் எழுதியுள்ளனர்.[1]'

---

1. இவற்றில் எங்கள் பார்வைக்குட்பட்ட கட்டுரைகள் கீழ்வருமாறு: Introduction of Eric Hobsbawm to The Communist Manifesto&A Modern Edition, Verso, London 1998; Ellen Meiksins Wood, The communist Manifesto After 150 Years'; Samir Amin, Spectres of Capitalism; Daniel Singer, Why We Need A New

இந்த ஆய்வுகளில் மிக வித்தியாசமானதாக அமைந்துள்ளது ஷீலா ரெளபாத்தம் (Sheila Rowbotham) வழங்கியுள்ள மதிப்பீடு. பல்லாண்டு காலமாக பிரிட்டிஷ் சோசலிச இயக்கங்களுடன் தொடர்புடைய இவர், பெண்ணிய ஆய்வாளரும் வரலாற்றாசிரியருமாவார். சோசலிசத்துக்கும் பெண்ணியத்துக்கும் இடையே ஆழமான. விரிவான உரையாடலையும், விவாதத்தையும் தோற்றுவித்து, அவற்றைத் தொடர்ந்து மேற்கொண்டு வரும் பிரிட்டிஷ் சிந்தனையாளர்களில் இவர் மிக முக்கியமானவர். கம்யூனிஸ்ட் கட்சி அறிக்கை பற்றி அவர் எழுதியுள்ள மதிப்பீடு 'டாக்டர் மார்க்சுக்கு எழுதப்பட்ட ஒரு கடிதமா'க[2] அமைந்துள்ளது. 19–ஆம் நூற்றாண்டின் இடைப் பகுதியில் வாழ்ந்திருக்கக்கூடிய, பெண்ணிய நோக்குடைய ஒரு பெண் கதாபாத்திரத்தை உருவாக்கி, அப்பெண் மார்க்சுக்கு 'கம்யூனிஸ்ட் கட்சி 'அறிக்கை'யைப் பற்றி ஒரு கடிதம் எழுதியுள்ளதாகக் கற்பனை செய்து, அக்கடிதத்தை அறிக்கை யைப் பற்றிய தனது மதிப்பீடாக ஷீலா ரெளபாத்தம் வழங்கியுள்ளார். இதில் மார்க்சுக்கு கடிதம் எழுதும் அன்னெத் தெவ்ரு (Annette Deveraux), அவரது கணவர் விக்டர் அவர்களது நண்பர்களான துக்ரோக் தம்பதியர் ஆகியோர் மட்டுமே கற்பனைப் பாத்திரங்கள். அவர் எழுதியதாகச் சொல்லப்படும் கடிதம் விவரிக்கும் வரலாற்றுச் சூழலும் நிகழ்வுகளும் அக்கடிதத்தில் குறிப்பிடப்படும் பிற ஆண்களும், பெண்களும் உண்மையானவர்களே.

Manifesto & all in Monthly Review, Volume 50 No. 1, May 1998; Aijaz Ahmed, The Communist Manifesto and the Problem of Universality, Monthly Review, Volume 50 No. 2, June 1998; Michael Lowy, Globalisation and Internationalism; How up&to&date is the Communist Manifesto; Monthly Review, Vol.50. No.6; Marshal Breman, Unchained Melody, The Nation, 1998; Li Hing, Capitalism and Globalisation in the Light of the Communist Manifesto, Economic and Political Weekly (EPW), August 15&22, 1998; Paresh Chattopadhyay, Communist Manifesto and the Marxian Idea of Post&Capitalist Society; EPW, August 8, 1998. Lindsey Germen, Reflections on the Communist Manifesto, International Socialism, Summer 1998, London, Socialist Register 1998, Merlin Press, London, 1998; Terry Eagleton, Marx and Freedom, Phoenix, Orion Publishing Company Ltd., London, 1997.

2. கடிதம் என்பது ஒரு அற்புதமான ஊடகம். அதில் பொது விஷயங்களைப் எழுதலாம். மனம் விட்டுப் பேசலாம். நெருக்கத்தை வளர்த்துக்கொள்ள அதன் மூலமாக. அன்றாட வாழ்வில் ஏற்படும் ஆதங்கங்களையும் 'களையும் அதன் விவரங்களையும் பதிவு செய்யலாம். ஷீலா ரெளபாத்தம் புனைந்துள்ள கடிதமானது, கடிதம் என்ற ஊடகத்திற்குரிய தனிச்சிறப்பான கூறுகளைக் கொண்டுள்ளதை வாசகர்கள் உணர்வர்.

இத்தகைய வரலாற்றுச் செய்திகளையும் விவரங்களையும் நேரடியாக, அதாவது வழக்கமான ஆய்வுக்கட்டுரையாக எழுதாது ஒரு புனைவின் ஊடாக அவற்றை ரௌபாத்தம் வெளிப்படுத்தியமைக்குக் காரணம் என்ன?

இதற்கு அவர் உருவாக்கியுள்ள கடிதத்திலேயே பதில் இருப்பதாக நாங்கள் கருதுகிறோம். 'கம்யூனிஸ்ட் கட்சி அறிக்கை'யைப் பற்றிய தனது விமர்சனங்களை மார்க்சுக்கு விளக்குகையில் அன்னெத் தெவ்ரு கீழ்க்கண்ட பீடிகையுடனே எழுதுகிறார்.

"உங்களை நேரில் சந்தித்து உங்கள் கருத்துகளைக் கேட்பதற்கு எனக்கு விருப்பம்தான். ஆனால் ஒரு கடிதம் மூலம் அவற்றைத் தெரிந்து கொள்வதுதான் எனக்கு நல்லது என்று நினைக்கிறேன். ஏனெனில் உங்கள் கருத்துகளுக்கு கூறப்படும் மறுப்புரைகளை, பொழிந்து தள்ளும் நாவன்மையால் மூழ்கடிக்கக் கூடியவர் நீங்கள். நேருக்குநேர் நின்று உங்கள் கருத்துகளை எதிர்த்து மாற்றுக் கருத்துகளை நிலைநிறுத்தச் செய்வதென்பது எளிதான செயலல்ல– உங்களுடைய பேராற்றலும் ஆழ்ந்த படிப்பும் அத்தகையன. நம் இருவருக்குமிடையே அட்லாண்டிக் மாக்கடல் இருப்பது நல்லதாய்ப் போயிற்று."[3]

மார்க்சின் புலமைக்கும் தனக்குள்ள அறிவுக்கும் படிப்புக்குமிடையே ஒருவித இடைவெளியை உருவாக்கி, தான் தானாக எழுதாது, மார்க்சின் சமகாலத்தவராகத் தன்னை பாவித்துக் கொண்டு ஷீலா ரௌபாத்தம் இத்தகைய புனைவை உருவாக்கியதற்கு வேறொரு காரணத்தையும் நாம் சுட்டிக்காட்டலாம். சோசலிசம் பற்றி எழுத முனையும் யாருமே அதன் பெயரில் செய்யப்பட்ட குற்றங்கள், அநீதிகள் ஆகியனவற்றின் நீண்ட நிழலில் நின்றுகொண்டுதான் எழுத வேண்டும். அதுவும் பெண்ணிய நோக்கிலிருந்து எழுதுவதென்பது மிகவும் சிக்கலானது. பெண்ணியச் சிந்தனைகளின் அடிப்படைகளையும் விளக்கங்களையும் மனதார ஏற்றுச் செயல்படுத்த முனைந்துள்ள சோசலிச இயக்கங்களை விரல்விட்டு எண்ணி விடலாம். சோசலிச, கம்யூனிச அமைப்புகளில் இருந்துகொண்டு பெண்ணிய அரசியல் பேசுவோர், அத்தகைய அரசியலைச் செயல் படுத்த விழைவோர் ஒன்று [3]அவ்வமைப்புகளால் புறக்கணிக்கப்

3. அன்னெத் தெவ்ரு மார்க்சுக்குக் கனடாவிலிருந்து எழுதுவதாக புனைவு செய்துள்ளார் ஷீலா ரௌபாத்தம்.

படுகின்றனர்; அல்லது, கட்சி, அமைப்புத் தலைவர்களால் மெத்தனமாக நடத்தப்படுகின்றனர். சோசலிச அமைப்புகளில் உறுப்பியம் வகிக்காது, பெண்ணியச் சிந்தனையுடன் சோசலிசக் கருத்துகளையும் இணைத்து, சுயாதீனமாகச் சிந்தித்து, செயல்படும் பெண்ணியலாளர்கள் தமது உள்ளாற்றலையும் மன வலிமையையும் மட்டுமே ஆதர்சமாகக் கொண்டு, தனிமையில் எழுதுகின்றனர், செயல்படுகின்றனர். ஷீலா ரௌபாத்தம் இத்தகைய நிலைப்பாடுகளுக்குக் கட்டுப்பட்டு எழுத விரும்பாதவராய், மார்க்சுடன் நேரடியான, நெருக்கமான உரையாடலை மேற்கொள்ளத் துணிந்துள்ளார். அவரால் புனையப் பட்ட கடிதமானது ஆழ்ந்த அரசியல் அறிவை மட்டும் வெளிப் படுத்துவதில்லை. ஒரு பெண் அன்றாட வாழ்வில் செய்யும் வேலைகளின் தன்மை, பல்வேறு பணிகளுக்கிடையே அவள் மனத்தை ஒருநிலைப்படுத்தி சிந்திப்பதில் உள்ள சிக்கல்கள், இடையூறுகள். குடும்பச் சுமைகளுக்கிடையே நிறைவு அடைய முயலும் அவளுடைய அறிவு வேட்கை –இவை அனைத்தின் கனத்தையும் இக்கடிதம் சுமந்து நிற்கிறது.

காதல், பாசம் ஆகியவற்றில் பற்றுடைய ஒரு சராசரிப் பெண்ணாகவும், வரலாற்றை ஆழ்ந்து கற்றுள்ள தத்துவவாதியாகவும், செயலூக்கமிக்க அரசியல் அக்கறையுடைய குடிமகளாகவும், அன்னெத் தெவ்ரு விளங்குகிறார். மார்க்சின் புலமையையும் ஆற்றலையும் மதித்து அவரை மதிப்புடனும் மரியாதையுடனும் அணுகும் அதே வேளையில், தனது சிந்தனை, ஆற்றல்கள் ஆகியவற்றில் உறுதியான நம்பிக்கையுடையவராய் அவர் மார்க்சுடன் உரையாடுகிறார். மார்க்சின் வரையறைகள்தான் சோசலிசத்தின் உள்ளடக்கத்தை தீர்மானிக்கவல்லவை என்று கொள்ளாது, பெண்ணியச் சிந்தனையும் போராட்டங்களும் கூட சோசலிசத்தின் தன்மையை வரையறுக்கத் தகுதியுடையவை, அதனைக்கொண்டு தான் சோசலிசத்தை சரியாக முழுமையாக வரையறுக்க முடியும் என்ற உறுதிப்பாட்டுடன் அன்னெத் தெவ்ரு எழுதுகிறார். சோசலிச மரபு என்பது விரிவானது, மார்க்ஸ் சிந்தித்துச் செயல்படத் தொடங்குவதற்குப் பல ஆண்டுகள் முன்னதாகவே துடிப்புடன் செயல்பட்டுக் கொண்டிருந்தது என்பதை அவரது கடிதம் வலியுறுத்துகிறது. மார்க்ஸ், அந்த சோசலிச மரபில் புகுத்திய மாற்றங்கள்; அம் மரபின் வரம்புகளை விரிவடையச் செய்த அவருடைய தத்துவம்; அம்மரபிலிருந்து அவர் சுவீகரிக்க

இயலாமல் போன, சுவீகரிக்க விரும்பாத விஷயங்கள்; அதன் காரணமாக அவருடைய தனிச்சிறப்பான சிந்தனைக்கு ஏற்பட்ட இழப்புகள் முதலியவற்றைப் பற்றிய செய்திகளையும் அக்கடிதத் திலிருந்து தெரிந்து கொள்ள முடிகிறது.

அன்னெத் தெவ்ருவின் கடிதம் எந்தச் சூழ்நிலைகளில் எழுதப்பட்டது? அவருடைய வளமான சிந்தனையின் கூறுகள் எந்தெந்த மரபுகளிலிருந்து பெறப்பட்டவை? சுருங்கச் சொல்வ தென்றால், யார் இந்த அன்னெத் தெவ்ரு?

அன்னெத் தெவ்ரு வாழ்ந்த காலம், அவருடைய செயல்பாடுகள் முதலியவற்றைப் பற்றிய செய்திகளை ஷீலா ரௌபாத்தம் தனியொரு குறிப்பாக வழங்கியுள்ளார் என்றாலும் அந்தப் பெண்மணியின் பெண்ணியச் சிந்தனையின் அடிப்படைகளைப் பற்றிய சில செய்திகளை நாம் சொல்ல வேண்டியிருக்கிறது. காரணம், 19-ஆம் நூற்றாண்டின் இடைக்காலகட்டத்தில் செயல்பட்டு வந்த பெண்ணியச் சிந்தனை மரபைப் பற்றி, அம்மரபின் நுணுக்கங்களைப் பற்றி நாம தெரிந்து கொள்ள இச்செய்திகள் உதவும்.

அன்னெத் தெவ்ரு பிரெஞ்சு நாட்டைச் சேர்ந்தவர். 1789-ஆம் ஆண்டில் வெடித்த பிரெஞ்சுப் புரட்சியின் விளைவாக பிரான்சில் முடியாட்சி முற்றுப்பெற்றது. புதிய பிரெஞ்சுக் குடியரசு அமைக்கப் பட்டது. அக்குடியரசு சுதந்திரம், சமத்துவம், சகோதரத்துவம் ஆகிய இலட்சியங்களின் அடிப்படையில் கட்டமைக்கப்பட்டதாக அறிவிக்கப்பட்டது. அந்த இலட்சியங்கள் பிரெஞ்சுப் பெண்களால் குறிப்பிட்ட வகைகளில் புரிந்து கொள்ளப்பட்டன. பிரெஞ்சுப் புரட்சிக்குப் பின் இயற்றப்பட்ட மனிதனின் மற்றும் குடிமகனின் உரிமைகள் பற்றிய பிரகடனத்தை (Declaration of the Rights of Man and the Citizen) பெண்கள் முழுமையாக ஏற்றுக் கொள்ளவில்லை. அப்பிரகடனத்தில் வரையறுக்கப்பட்டிருந்த உரிமைகளில் பெண்ணுரிமை இடம் பெறவில்லை என்பதையும், குடியரசு அமைக்கப்பட்டுள்ள போதிலும், அவ்வரசு பெண்களுக்கு ஆட்சி அதிகாரங்களைப் பங்கிட்டுக் கொடுக்கவில்லை என்பதையும் பாரிஸ் நகரப் பெண்கள் சிலர் சுட்டிக்காட்டினார்கள். பிரெஞ்சுப் புரட்சியின் அடிப்படை இலட்சியங்களுக்கு ஆதாரமாக விளங்கிய அறிவொளி மரபானது (Enlightenment Tradition) பகுத்தறிவு என்பது மானுடர்கள் அனைவருக்கும்

வாய்த்துள்ள தனிச்சிறப்பான பண்பு என்று கூறிய போதிலும், புரட்சியாளர்கள், பெண்களைப் பகுத்தறிவாளராகக் காணத் தவறியிருந்ததையும் அப்பெண்கள் சுட்டிக்காட்டினர்.

அவ்வாறு பகிரங்கமாகவும் துணிச்சலுடனும் தமது கருத்துக்களை வெளிப்படுத்திய பெண்களில் மிக முக்கியமானவர் ஒலிம்ப் தெ கூஷ் (Olympe de Gouge) என்பவராவார். கசாப்புக் கடைக்காரர் ஒருவரின் மகளான அவர் ஒரு நடிகை. *1791*–இல் 'பெண்ணுரிமை பற்றிய பிரகடனம்' ஒன்றை இவர் வெளியிட்டார். அப்பிரகடனம் பெண்களின் சுயமரியாதையை வலியுறுத்தியது:

> பெண்களே! எழுக! பகுத்தறிவின் ஒலி பேரண்டம் முழுவதிலும் எதிரொலித்து வருகிறது. நீங்கள் உங்களுடைய உரிமைகளைப் பற்றி அறிந்து கொள்ள முன்வர வேண்டும். இயற்கையின் ஆற்றல்மிக்க பேரரசைச் சூழ்ந்திருந்த காழ்ப்பு, வெறி, மூடநம்பிக்கைகள், பொய்ப் பித்தலாட்டங்கள் ஆகிய கருமேகங்கள் விலகத் தொடங்கியுள்ளன....
>
> பெண்களே! கண்களை நன்றாகத் திறந்து உலகத்தை நீங்கள் என்று பார்க்கப் போகிறீர்கள்? (பிரெஞ்சு) புரட்சி உங்களுக்கு சாதகமாக என்ன செய்துள்ளது என்று சிந்தித்துப் பாருங்கள்."

அவரும் அவரைப்போல் சிந்தித்த பிற பெண்களும் தமது கோரிக்கைகளை அரசாங்கத்துக்கு அனுப்பி வைத்தனர். பெண்களுக்கு கல்வி, வேலை வாய்ப்புகள் வழங்கப்பட வேண்டும்; பெண்களின் மாண்பைக் குறைக்கும் விபச்சாரம் போன்ற மோசமான தொழில்களில் பெண்கள் ஈடுபடுத்தப்படக் கூடாது என்பன அக்கோரிக்கைகளில் முக்கியமானவை. தமது உரிமைகளை வலியுறுத்திப் பேசிய, செயல்பட்ட பெண்களில் பலர் கைவினைஞர் வகுப்பைச் சேர்ந்தவர் களாக இருந்தனர். அவர்களுமே ஏதேனும் கைவினைத் தொழிலில் தேர்ச்சிப் பெற்றவராக இருந்தனர். படித்த, அரசுப் பணிகளில் ஈடுபட்டிருந்த நடுத்தர வகுப்பு குடும்பத்தைச் சேர்ந்த பெண்களும், சிறுதொழில் செய்து உயிர்பிழைத்த பெண்களும் கைவினைஞர் வகுப்புப் பெண்களுடன் இணைந்து உரிமை முழக்கங்கள் எழுப்பினர்.

ஆனால் பாரிஸ் நகரத்தைச் சேர்ந்த உழைக்கும் வகுப்பைச் சேர்ந்த பெண்களின் உரிமைக் கோரிக்கைகள் சற்று வித்தியாசமாக

இருந்தன. மக்களாட்சி, குடியாட்சி ஆகியவற்றின் தேவையை நன்கு உணர்ந்திருந்த அவர்கள் 1789-ஆம் ஆண்டு வெடித்த புரட்சியை குதூகலத்துடனும், ஆவலுடனும் வரவேற்றனர். ஆனால் குடியரசு அமைக்கப்பட்டும் ஏழைப்பெண்களின் நிலை பெரிய மாற்றங்களைக் காணாது இருந்ததைக் கண்ட அவர்கள் தமது வறுமையைத் தீர்ப்பது தான் குடியரசுவாதிகளின் முதல் கடமையாக இருக்க வேண்டும் என்றனர்: “எங்களுக்கு உண்ண உணவு வேண்டும். எங்கள் பிள்ளைகளுக்குப் பால் வேண்டும்“ என்பதே அவர்களுடைய முதன்மையான கோரிக்கையாக இருந்தது. அவர்களுடைய எழுச்சிமிக்க செயல்பாட்டைக் கண்டு திகைத்துப் போயிருந்த அரசு அதிகாரிகளும் மக்கள் பிரதிநிதிகளும் சட்டமன்றத்தின் அடுத்த கூட்டத் தொடரில் உணவுப் பற்றாக்குறைப் பிரச்சினை எழுப்பப்படும் என்று கூறி, அவர்களை சமாதானப்படுத்த முயன்றனர். ஆனால் சினமும் எரிச்சலுமடைந்த பெண்கள், குடியரசு என்பது மக்களுடைய அரசாக உள்ளதா அல்லது குறிப்பிட்ட சிலருடைய நலன்களுக்கு உட்பட்டு செயல்பட்டு வருகிறதா என்ற கேள்வியை எழுப்பினர்: “எங்கள் பிள்ளைகள் பால் கேட்டு அழுகையில், இரண்டு நாட்கள் பொறுத்திருங்கள், அப்போது பார்க்கலாம் என்றா நாங்கள் அவர்களிடம் கூற முடியும்?”

பெண்களின் உரிமை முழக்கங்களும், வறுமை எதிர்ப்பு அரசியலும் புதிய குடியரசின் அரசியலில் குறிப்பிடத்தக்க புதுமைகளைப் புகுத்தின. பெண்களுக்கு சில குடிமையுரிமைகள் வழங்கப் பட்டன. திருமணம் என்பது ஆணும் பெண்ணும் செய்து கொள்ளும் ஒப்பந்தம்தானே தவிர, தெய்விகச் சடங்கு அல்ல; ஒப்பந்தத்தை இரத்து செய்யும் உரிமை ஆணுக்குமுண்டு, பெண்ணுக்குமுண்டு; குடும்பச் சொத்தில் பெண்களுக்குச் சமவுரிமை உண்டு. பெண்களுடைய அன்றாடக் குடும்பச் சுமைகளைக் குறைக்கும் வண்ணமாக, இன்றியமையா உணவுப் பொருட்கள் குறைந்த விலையிலேயே விற்கப்படும்; அப்பொருட்களுக்கு அதிக விலை விதிப்போர் தண்டிக்கப்படுவார்கள் என்ற சட்டங்கள் இயற்றப்பட்டன.

மேற்கூறிய நடவடிக்கைகள் பெண்களின் வாழ்வில் குறிப்பிடத் தக்க மாற்றங்களாக உருவெடுப்பதற்குள் பிரான்சில் வேறு சில பிரச்சினைகள் தோன்றின. புரட்சியின் முழுமையான தாக்கத்தைப் பிரெஞ்சு சமூகம் அனுபவித்து, அந்த அனுபவங்களின் காரணமாக புதிய நெறிமுறைகளை தனக்கென

வகுத்துக் கொள்வதற்கு முன் அப்பிரச்சினைகள் தலைதூக்கின. பிரெஞ்சுப் புரட்சிக்கு ஆதரவாக நடுத்தர வகுப்பு மக்களும் பாரிஸ் நகரத் தொழிலாளர்களும் ஒரு அணியாக நிற்க, புரட்சியை எதிர்த்து பழைய முடியாட்சியின் ஆதரவாளர்கள் மற்றொரு அணியாகத் திரண்டு நின்றனர். இவ்விரு அணிகளுக்கிடையே தொடங்கிய போர் வெகு விரைவில் வெளி நாட்டுப் போராக மாறியது. முடியாட்சிக்கு ஆதரவாக வேறு பல ஐரோப்பிய அரசாட்சிகளும் ஒன்றிணைந்து பிரெஞ்சுக் குடியரசின் மீது படையெடுத்தன. போர் நடவடிக்கைகளை மேற்பார்வையிடவும், மக்கள் அனைவரையும் குடியரசுக்கு ஆதரவாக இருக்கும்படிச் செய்யவும், உறுதியான அரசு ஒன்று தேவைப்பட்டது. பிரெஞ்சுக் குடியரசு மக்களாட்சி என்ற நிலையிலிருந்து மாறி சர்வாதிகாரமாக மாற்றம் அடைந்தது.

இந்த சர்வாதிகாரமானது புரட்சியின் இலட்சியங்களை பேணிப் பாதுகாக்கக் கெடுபிடியான பல நடவடிக்கைகளை மேற் கொண்டது. மக்களின் குடியுரிமைகள் குறுக்கப்பட்டன. மக்கள் தரப்பிலிருந்து கிளம்பிய எதிர்வினைகளும், எழுச்சியும் ஒடுக்கப்பட்டன. மிக மோசமான உணவுத் தட்டுப்பாடு ஏற்பட்டது. இதனை எதிர்த்து ஏழைப் பெண்கள் நடத்திய ஆர்ப்பாட்டங்கள் பயன்தரவில்லை. மாறாக, பெண்களில் சிலர் எதிர்ப்புரட்சியாளராக அடையாளப்படுத்தப்பட்டு, கைது செய்யப்பட்டனர். சர்வாதிகார அரசை எதிர்த்தவர்களுக்கு (அவர்களில் பெண்களும் இருந்தனர்) மரண தண்டனை விதிக்கப்பட்டது.

வெளிநாட்டுப் போர்கள் முடிவடைந்த காலகட்டத்தில் பிரான்ஸ் புதிய தலைமையைக் கண்டது. குடியரசுக்கு ஆதரவாக அமைக்கப்பட்ட மக்கள் சே[3]னையில் பணிபுரிந்து, வீரசாகசங்கள் பல புரிந்து பிரெஞ்சு மக்களின் அன்பையும் மதிப்பையும் பெற்ற நெப்போலியன் போனபார்ட் (Napoleon Bonaparte) பிரான்சின் புதிய மன்னனாகத் தன்னை அறிவித்துக் கொண்டான். அவனுடைய ஆட்சியில் பிரெஞ்சு நாட்டின் கல்வித்துறை, நீதித்துறை, பொருளாதாரம் முதலியன முற்றிலும் வேறுபட்ட, ஆனால் அடிப்படையான மாற்றங்கள் கண்டன. ஆனால் அம்மாற்றங்கள், பெண்களின் வாழ்வில் பெரிய சீர்திருத்தங்கள் ஏற்பட வழிவகுக்கவில்லை.

---

4. 1789 பிரெஞ்சுப் புரட்சியின் வளர்ச்சிப் போக்கு குறித்து விளக்கக் குறிப்புகள் - | காண்க

பிரெஞ்சுக் குடியரசு அழிக்கப்பட்ட காலம் முதல் நெப்போலியன் ஆட்சியமைத்து ஆண்ட காலம் வரை பெண்களுடைய வாழ்வை நேரடியாகப் பாதித்தவை சேன்–சிமோனிய (Saint&simon) இயக்கமும், ஃபூரியெவிய (Fourier) இயக்கமும்தான். அவ்வியக்கங்கள் பெண்களைக் கவர்ந்ததற்கான காரணங்களை அறியும்முன் அவை பிரெஞ்சுச் சமூகத்தில் எத்தகைய கால இணைவில் செல்வாக்குப் பெறத் தொடங்கின என்பதை நாம் தெரிந்து கொள்ள வேண்டும்.

பிரெஞ்சுப் புரட்சிக் காலந்தொட்டே பிரான்சில் முதலாளியம் வேரூன்றத் தொடங்கியிருந்தது. முடியாட்சியை எதிர்த்தவர்களில் கணிசமானவர்கள் சராசரி, நடுத்தரக் குடும்பங்களை சேர்ந்தவர்களாக இருந்தனர். அவர்களில் பலர், பிறப்பு, பதவி, பட்டம் ஆகியவற்றின் துணையின்றி, தமது சொந்த முயற்சியாலும் உழைப்பாலும் செல்வம் ஈட்டியவர்கள். தொழிலதிபர்கள், வாணிபர்கள், வங்கியுடைமையாளர்கள் ஆகியோரும் அந்தக் குறிப்பிட்ட வகுப்பில் உள்ளடங்கி யிருந்தனர். அரசவையின் தலையீடு இன்றி அவர்கள் செயல்பட விரும்பினர். பொருளாதாரத் துறையில் மட்டுமின்றி, அரசியல் துறையிலும் கருத்தியல் தொடர்பானவற்றிலும், சுயேச்சையாகவும் – பழமைக்கும் வைதீகத்துக்கும் எதிராகவும், அரசனின் அதிகாரத்துக்குக் கட்டுப்படாமலும் செயல்பட விரும்பினர். விஞ்ஞான அறிவு, தொழில் நுட்ப வளர்ச்சி, பகுத்தாய்ந்து பார்க்கும் மனப்பான்மை முதலியவற்றை ஊக்குவிக்கவும், அவற்றின் அடிப்படையில் பிரெஞ்சுச் சமூகத்தின் பொருளாதார வாழ்வையும் சமூக உறவுகளையும் மாற்றியமைக்கவும் அவர்கள் விரும்பினர். புரட்சிக்குப் பின் அமைக்கப்பட்ட குடியரசில் அவர்களுடைய கருத்துக்கள் செல்வாக்கு செலுத்தியதோடு, அடிப்படையான சமூக மாற்றங்கள் ஏற்படவும் காரணமாகயிருந்[4]தன, குறிப்பாக, பிரெஞ்சுப் பொருளாதாரம் அவர்களுடைய கருத்துகளால் பெரியளவுக்கு பாதிக்கப்பட்டது.

இங்கிலாந்தில் தொழில்புரட்சி ஏற்படவும், அதன் விளைவாக பாரதூரமான பொருளாதார, சமூக மாற்றங்கள் உண்டாகவும் காரணமாக இருந்த நடுத்தர, பூர்ஷ்வா வர்க்கம்

---

5. சேன்- சிமோன், ஃபூரியெ ஆகியோர் பற்றிய விரிவான குறிப்புக்கு, வில குறிப்புகள் - || காண்க.

பெற்றிருந்த பலத்தையும் ஆற்றல்களையும் பிரெஞ்சு நடுத்தர வகுப்பினர் பெற்றிருக்கவில்லைதான். என்றாலும் அவர்களுடைய தலையீட்டால் பிரெஞ்சுப் பொருளாதாரத்தின் முக்கிய அம்சமாக விளங்கிய கைவினைத் தொழில்களும் உற்பத்தி முறையும் சில முக்கியமான மாற்றங்களைக் கண்டன. சிறிய, கச்சிதமான பட்டறைகளில் உற்பத்தி மேற்கொள்ளப் படுவதென்பது கைவிடப்பட்டு, பெரிய பெரிய உற்பத்திக்கூடங்களில் உற்பத்தி ஒழுங்கமைக்கப்பட்டது. உற்பத்திச் சாதனங்களும் மாற்றங் கண்டன. கைவினைஞன் பயன்படுத்தும் கைக்கு அடக்கமான சாதனங்கள் போய், இயந்திரங்கள் வந்தன. அவை உற்பத்தி இயக்கத்தை விரைவுபடுத்திய போதிலும், கைவினைஞனின் சுயாதீனமான செயல்பாட்டையும், அவனுடைய தொழிலில் அவனுக்கிருந்த பெருமையையும் நாட்டத்தையும், அவை எல்லாவற்றையும்விட அவனுடைய ஆற்றலையும் பாதித்தன. தொழிலுக்கும் தொழிலாளிக்குமிடையே இருந்த நேரடியான, வளமான, செயலூக்கமிக்க உறவு அற்றுப்போகத் தொடங்கியது. மேலும், கைவினைஞர்களின் உரிமைகளையும் தேவைகளையும் ஆண்டாண்டுக் காலமாக உத்திரவாதம் செய்து வந்த கைவினைஞர்களின் தனிச்சிறப்பான சங்கங்கள் (guilds) செல்வாக்கிழக்கத் தொடங்கின. அவற்றின் செயல்பாடுகள் முடங்கிப் போயின.

பெண்கள் இத்தகைய சங்கங்களில் எந்தக் காலக்கட்டத்திலும் பெரியளவுக்கு உறுப்பியம் வகித்ததில்லைதான். என்றாலும் குறிப்பிட்ட சில கைவினைத் தொழில்களில் பெண்கள்தான் குறிப்பிடத்தக்க எண்ணிக்கையில் பணிபுரிந்து வந்தனர். மேலும், கைவினை உற்பத்தி என்பது பெரும்பாலும் கைவினைஞர்களின் வீடுகளில்தான் மேற் கொள்ளப்பட்டு வந்தது. அதன் காரணமாகப் பெண்களால் தங்களது குடும்பத்திலுள்ள ஆண்கள் செய்த தொழில்களில் பங்கேற்றுக் கொண்டே, வீட்டு வேலைகளையும் கவனித்துக் கொள்ள முடிந்தது. குறிப்பிட்ட கைவினைகளில் ஈடுபட்டிருந்த பெண்களுக்கும் வீட்டு வேலையையும் தொழிலையும் ஒருசேரக் கவனிக்க முடிந்தது. காரணம், அவர்கள் வீடுகளில் அக்குறிப்பிட்ட வேலை மேற்கொள்ளப்பட்டு வந்ததுதான். பிரெஞ்சுப் புரட்சிக் காலம் முதற்கொண்டு உண்டான மாற்றங்கள் பெண்களின் வேலை நிலைமைகளைப் பாதித்ததோடு அல்லாமல், அவர்களுடைய குடும்பப் பொறுப்புகளையும் வேலைகளையும் பாதித்தன. பெண்கள், வீடுகளில் தொழில் பார்ப்பதென்பது போய்

உற்பத்திக்கூடங்களுக்குச் செல்ல வேண்டியிருந்தது. அதனால் குழந்தைகள் பராமரிப்பு, குடும்ப வேலைகள் முதலியவற்றை அவர்களால் சரிவர மேற்கொள்ள முடியாமல் போனது.

அத்தகைய மாற்றங்களின் பின்னணியில்தான் சேன் – சிமோன் ஃபூரியெ ஆகியோரின் சிந்தனைகள் கைவினைஞர்கள் இடையேயும் தொழிலாளிகள் மத்தியிலும் பெரும் தாக்கத்தை ஏற்படுத்தின உழைப்பில் ஏற்பட்டிருந்த மாற்றங்களை இருவருமே விமர்சித்தனர். உழைப்பு, யாந்திரீகமான முறையில் செய்யக்கூடியதல்ல என்றும் அது இன்பந்தர வேண்டுமென்றும், மன நிறைவை உண்டாக்க வேண்டும் என்றும் இருவருமே வழக்காடினர். முதலாளியத்தின் வளர்ச்சியென்பது உழைப்புக்கும் உழைப்பாளிக்குமிடையே இடைவெளியை ஏற்படுத்தியுள்ளது. இந்த இடைவெளி மறைந்தாலொழிய மனிதர்களின் உண்மையான ஆற்றல்கள் வெளிப்பாடு காணமுடியாது. இந்த இடைவெளி ஏற்படக் காரணம் முதலாளியம் தோற்றுவித்துள்ள போட்டி, பொறாமைகளும், இலாபத்தை மட்டுமே அடிப்படையாகக் கொண்ட பொருளாதார வளர்ச்சியும்தான். இவற்றுக்கு மாற்றீடாக புதிய பொருளாதார அமைப்புகளை உருவாக்குவது இன்றியமையாதது. ஆதாய நோக்கத்தைத் தவிர்த்தும் தனி மனிதனின் பொருளாதார ஆற்றலை அல்லாது பலரது கூட்டு முயற்சியையும், உழைப்பையும் அடிப்படையாகக் கொண்டும் இயங்கும் கூட்டுறவுப் பொருளாதார முறையே சமூகத்தை இரட்சிக்கவல்லது. இத்தகைய கருத்துகளை சேன் – சிமோன், ஃபூரியெ ஆகிய இருவருமே கொண்டிருந்தனர். கூட்டுறவு என்பதை பொருளாதாரச் சீரமைப்புடன் மட்டும் அவர்கள் தொடர்புபடுத்திப் பார்க்கவில்லை. மனிதவுறவுகளும், சமூக உறவுகளுமே கூட்டுறவு என்பதன் அடிப்படையில் மாற்றியமைக்கப்பட வேண்டும் என்றனர். குடும்பம் என்பதன் வரையறைகளைக் கடந்து மனித உறவுகள் விரிவடைய வேண்டும் என்றனர். இத்தகைய மாற்றங்கள் ஏற்படுவதற்கு முன்நிபந்தனையாக ஆண்–பெண் உறவுகளில் மாற்றங்கள் உண்டாக வேண்டும் திருமணம் என்ற பிணைப்பைவிட ஆணுக்கும் பெண்ணுக்குமிடையே நிலவக்கூடிய பாசப்பிணைப்பும், காதலும், தோழமையும் தான் முக்கியம்; மனித உறவுகளில் பெண்ணின் விருப்பத்துக்கும் தேவைக்கும் இடமளிக்கப்படவேண்டும்; அவளுடைய உரிமைகள் அங்கீகரிக்கப்படவேண்டும்; காதல், தாய்மை முதலியவற்றைப் பொறுத்தவரை அவளுடைய விருப்பு

வெறுப்புகளும் கருத்தில் கொள்ளப்படவேண்டும். இத்தகைய கருத்துகளை இருவரும், குறிப்பாக ஃபூரியெ வலியுறுத்தினார்.

முதலாளியத்தின் வளர்ச்சியால் குடும்பத்துக்கும் சமூகத்தின் ஒட்டுமொத்தமான பொருளாதார வாழ்வுக்குமிடையே உருவாக்கப்பட்டிருந்த இடைவெளிதான் பெண்ணுடைய தொழிலாற்றலுக்கும், குடும்பப் பொறுப்புகளுக்கும் உண்டான பாதிப்புகளில் முக்கியமானதாகும் என்று சேன்–சிமோனும், ஃபூரியெவும் கருதினர். ஆனால் பழைய கைவினை உற்பத்தி முறைக்கு மீண்டும் சமூகம் திரும்பச் செய்ய இயலாது என்பதையும் இருவரும் உணர்ந்திருந்தனர். பழைய சமூக அமைப்பு, பொருளாதாரம் ஆகியவற்றில் மக்களுரிமை, பெண்ணுரிமை ஆகிய இரண்டுக்குமே இடமில்லாமலிருந்ததையும் அவர்கள் அறிந்திருந்தனர். ஆனால் பழைய முறைகளில் மனிதர்கள் ஒருவருக்கு ஒருவர் ஒத்தாசையாகவும், ஒருவரை மற்றொருவர் ஊக்குவித்தும் வாழ்ந்த வாழ்க்கையின் விழுமியங்களை, குறிப்பாக மனிதர்களிடையே நிலவிய பரஸ்பர உறவுகளை, அவர்கள் தக்கவைத்துக்கொள்ள விரும்பினர். அதே சமயத்தில் அவ்வுறவுகளை தாங்கள் வாழ்ந்த காலத்திற்கு உகந்த வகையில், வேறொரு தளத்தில் வளர்த்தெடுப்பதன் தேவையை அவர்கள் அறியாமல் இல்லை. எனவே கூட்டுறவு என்ற அமைப்புக்கு, கருத்துக்கு அவர்கள் முதன்மை வழங்கினர். அதை விரும்பத்தக்க இலட்சியமாக வரையறுத்தனர். மனிதர்களின் பொருளாதார வாழ்வும், சமூக வாழ்வும் ஒன்றோடு ஒன்று பின்னிப்பிணைந்து இருக்கவும், இரண்டுமே தோழமை, காதல், ஆகியவற்றின் அடிப்படையில் இயங்கவும் வேண்டுமானால் கூட்டுவாழ்வுக் குழாம்கள் அமைக்கப்பட வேண்டும் என்றனர்.

சேன் – சிமோன், ஃபூரியெ ஆகியோர் மட்டுமின்றி, வேறு சிலரும் இவ்வாறு சிந்தித்தனர். அதாவது முதலாளித்துவ சமூக, உற்பத்தி முறைக்கு மாற்றீடாக, பல்வேறுவிதமான இலட்சிய சமூகங்களைப் பற்றிக் கனவு கண்டனர்.[6] அவர்களில் சிலர் தாம் உருவாக்க நினைத்த கற்பனைச் சமூகங்களில் பெண்களுக்கு முக்கியப் பங்கு உண்டு என்றனர். அன்பு, பாசம்[5], தாய்மை, பரிவு, கனிவு, பொறுமை முதலிய பண்புகள் பெண்களுக்கு மட்டுமே உரித்தானவை; மகப்பேறு அடைவதற்கென

6. சேன்-சிமோனின் சீடர்களான பஸார்ட், ஆன்ஃபன்தான், ஃபூரியெவின் சீடரான காபெ ஆகியோருடைய கருத்துகளை, விளக்கக் குறிப்புகள் - 11 - இல் விளக்கியுள்ளோம்.

படைக்கப்பட்ட பெண்ணுக்கு இத்தகைய பண்புகள் இயல்பாகவே அமைந்துள்ளன; பெண்களுடைய உள்ளுறையாற்றலும், சித்தமும், புரிதலும், நடத்தையும் ஆண்களினின்று பெரிதும் வேறுபட்டவை. இன்னும் சொல்லப்போனால் புதிய கூட்டுவாழ்வு குழாம்களில் நடத்தப்படக்கூடிய வாழ்க்கைக்கு பெண்களின் பண்பும், நடத்தையும், செயல்பாடுகளும்தான் ஆதாரமாக இருக்கமுடியும். இத்தகைய கருத்துக்களை அவர்கள் பரப்பினர்.

இங்கு ஒரு முக்கியமான செய்தியை நாம் சற்று விரிவாகக் கூறுவது இன்றியமையாததாகிறது. பெண்ணுரிமை, பெண் விடுதலை என்பதன் தேவையை வலியுறுத்திப் பேசியவர்களில் இருவகையானவர்கள் இருந்தனர். ஒரு சாரார், அறிவொளி மரபின் வழி சிந்திக்கப் பழகியவர்கள். அவர்கள் உரிமை என்பதை சுதந்திரம் சமத்துவம், சகோதரத்துவம் ஆகியவற்றுடன் தொடர்புடையதாகவும் பகுத்தறிவுக்கு இயைந்ததாகவும் வரையறுத்தனர். மேலும், உரிமை என்பதை ஒருவர் செய்து வந்த தொழிலுடன், உழைப்புடன் இணைத்துப் பார்த்தனர். குறிப்பாக சேன்–சிமோன், ஃபூரியெ ஆகிய இருவருமே உரிமை என்பதை அரசியல் வாழ்க்கையுடன், குடிமைப் பிரச்சினைகளுடன் மட்டும் இணைத்துப் பார்க்காது, அதனை உழைப்பு, உணர்வுகள், உறவுகள் ஆகியவற்றின் பிரிக்க முடியாத ஒரு அம்சமாகப் பார்த்தனர் என்பது குறிப்பிடத்தக்கது.

மற்றொரு தரப்பினர் பெண்ணுரிமை என்பதை ‘பெண்மை’ என்ற கருத்தாக்கத்துடன், பெண்ணின் ‘இயல்பு’ என்பது டன் இணைத்துப் பேசினர். பெண்கள்தான் இயற்கையின் விதிப்படி ஒரு உயிரை உருவாக்கவல்லவர்கள்; தாய்மை என்பதற்கு ஈடாக எதுவும் இருக்கமுடியாது; எனவே பெண்ணை உன்னதமான பிறவியாக, வாழ்க்கையின் ஆக்கப்பூர்வமான ஆற்றல்களின் உறைவிடமாகக் கருத வேண்டும் என்று அவர்கள் வலியுறுத்தினர். பெண்களின் குடிமை உரிமைகள், பொருளாதார, சமூக உரிமைகள் முதலியவற்றைக் காட்டிலும், பெண்ணை வணங்குவதிலும், பெண்மையைப் போற்றுவதிலும் அவர்கள் அக்கறை செலுத்தினர்.

சேன்–சிமோன், ஃபூரியெ முதலியவர்களின் சிந்தனைகளால் ஈர்க்கப்பட்ட பெண்களில் பலர் கைவினைஞர்கள் வகுப்பைச் சேர்ந்தவர்கள்தான். மேற்கூறிய வளமான கருத்தியல் சூழலில் சிந்தித்து, செயல்பட்ட அவர்கள் அச்சிந்தனைகளை தமக்கேயுரிய வகைகளில் புரிந்து கொண்டனர். பெண்களைக் கட்டுப்படுத்தி ஒடுக்கும் விஷயங்களாக அவர்கள் சில அமைப்புகளையும் கருத்தியல்களையும் அடையாளப்படுத்தியதோடு மட்டுமின்றி, பெண்களின் தேவைகள், வேட்கைகள், விருப்பங்கள் முதலியவற்றின் அடிப்படை பல சமுதாயத்தின் ஒட்டுமொத்தமான தேவைகளையும் வரையறுத்து அவற்றை நிறைவு செய்வதற்கு இன்றியமையாத நடவடிக்கைகளையும் சுட்டிக்காட்டினர்.

பெண்களுடைய குரல் தீவிரமாகவும், அழுத்தமாகவும் வெளிப்படத் தொடங்கியது 1830–களில்தான் (அதாவது பிரெஞ்சுப் புரட்சி நடந்த காலகட்டத்துக்குப் பிறகு அவர்களுடைய சிந்தனைகள் வெளிப்பாடு கண்ட காலம் இதுதான்). 1830–இல் பிரான்சில் மீண்டும் முடியாட்சிக்கு எதிராக புரட்சி வெடித்தது. அப்புரட்சி விரைவில் அடக்கப்பட்டது என்றாலும் அது ஏற்படுத்திய கொந்தளிப்பான அரசியல் சூழலானது பெண்களின் விடுதலையுணர்வு வளரவும் பேரார்வமாக உருப்பெறவும் காரணமாக இருந்தது.

1832–இல் ஒருசில பெண்களின் முயற்சியின் விளைவாக 'பெண்ணின்விடுதலை' என்ற ஏடு வெளிவந்தது. 'வீடு, தொழிற்சாலை ஆகியவற்றினைப் புனரமைப்பதன் மூலமாக பெண் விடுதலை, மக்கள் விடுதலை' ஆகியவற்றை சாதிப்பதுதான் அதன் குறிக்கோள். அவ் ஏட்டினை நடத்தியவர்களில் முக்கியமானவர்கள் சூஸான் வால்கென்[6] (Suzanne Voilquin). தெசிரே வெரே (Desiree Veret), ழான் தெர்வான் (Jean Deroin) ஆகியோராவர். கூட்டுறவு, அன்பு ஆகியவற்றின் தேவையை வலியுறுத்தி அவர்கள் கைவினைஞர், உழைக்கும் பெண்களிடையே பிரச்சாரம் செய்து வந்தனர். தெசிரே வெரெ இங்கிலாந்தில் சிலகாலம் வாழ்ந்தவர். அங்கு இராபர்ட் ஓவனின் (Robert Owen) சோசலிசக் கருத்தியல்களும்[7] செயல்பாடுகளும் அவரை வெகுவாகக் கவர்ந்தன. ஓவன் ஒரு தொழிலதிபர். ஆனால் உழைக்கும் மக்களின் விடுதலையிலும் முன்னேற்றத்திலும் ஆழ்ந்த

7. இராபர்ட் ஓவன் பற்றிய மேலதிக விவரங்களுக்கு, விளக்கக் குறிப்புகள் - II இல் காண்க.

அக்கறையுடையவர். தனது தொழிற்சாலைகளில் பணிபுரிந்த தொழிலாளர்களின் வாழ்க்கை மேம்படப் பல சீர்திருத்தங்களை மேற்கொண்டவர். கூட்டு வாழ்வு, கூட்டு உற்பத்தி, கூட்டாகப் பொருட்களைப் பகிர்ந்தளித்தல் ஆகியவற்றை ஆதரித்தவர். அவரது முயற்சிகளைப் பின்பற்றி பல கூட்டுறவுச் சங்கங்களும், கூட்டு வாழ்வுக் குழாம்களும் தோன்றின. அவரே அத்தகைய குழாம் ஒன்றை அமைத்தார்.

அதே காலகட்டத்தில், அதாவது 1830–களில், இங்கிலாந்தில் சில தொழிற்சங்கங்களும் கூட்டுறவுக் கொள்கையைப் பின்பற்றி அதன் அடிப்படையில் உற்பத்தியை மட்டுமின்றி அரசியல் அமைப்புகளையும் சீரமைக்கவேண்டும் என்று முழக்கமிட்டன (கட்டிடத் தொழில் செய்வோரின் சங்கம் அத்தகைய அமைப்புகளை உருவாக்கவும் முனைந்தது), தெசிரே வெரெ இந்த முயற்சிகள், செயல்பாடுகள் ஆகியவற்றைக் கருத்தில் கொண்டு ஃபூரியெ நடத்திய சோசலிச ஏட்டிற்குக் கட்டுரை எழுதி அனுப்பினார். பிரெஞ்சு நாட்டுத் தொழிற்சங்கங்களும், கைவினைஞர் அமைப்புகளும் 'தேசியத் தொழிற்பட்டறை'களை அரசாங்கம் அமைக்க வேண்டும் என்ற கோரிக்கையை முன்வைத்தன, அக்கோரிக்கையை ஆதரித்த தெசிரே வெரெ, பெண்களுக்கென்று தனிச்சிறப்பான பட்டறைகள் அமைத்துத் தர வேண்டும் என்றார். (பிற்காலத்தில் அத்தகைய பட்டறைகள் உருவாக்கப்பட்ட பிறகு அங்கு நிலவிய மோசமான வேலை நிலைமைகள், அப்பட்டறைகளில் பெண்களுக்கு குறைச் மாதியம் வழங்கப்பட்டமை, தொழிலாளர்களின் ஜனநாயக உரிமைகள் மறுக்கப்பட்டமை ஆகியவற்றை விமர்சித்தார்).

சூஸான் வால்கென் மனம் ஒவ்வாத திருமண உறவால் ஆட்பட்டு, பிறகு கணவனுக்கு பால்வினை நோய் இருந்ததை அறிந்து அவனிடமிருந்து விலகி வாழ்ந்தார். மகப்பேறு பார்க்கும் மருத்துவச்சியாக பயிற்சிப் பெற்று மருத்துவச்சிகளின் கூட்டுறவுச் சங்கம் ஒன்றையும் தொடங்கினார். அவரைப்போலவே பிற பெண்களும் பல கூட்டுறவுச் சங்கங்கள் தொடங்கினர். பெண்களுக்குத் தகுந்த வேலைவாய்ப்பு அளிக்கப்பட வேண்டும்; அவர்கள் தொழில்கள் செய்ய, பொருட்களை வாங்க, விற்க, கடன் வசதிகள் செய்து தரப்பட வேண்டும்; பெண்களுக்குக் கல்வி வழங்கப்பட வேண்டும்; வீட்டிலிருந்து தொழில் பார்க்கும் பெண்களுக்கும் வெளியே சென்று பட்டறைகளில் வேலைபார்க்கும் பெண்களுக்கு அளிக்கப்படும்

ஊதியம் போன்றே அளிக்கப்பட வேண்டும் என்பன போன்ற கோரிக்கைகளை அச்சங்கங்கள் முன்வைத்தன.

தற்காலப் பிரச்சினைகளுக்குத் தீர்வுகளைத் தேடியதுடன் வருங்காலத்தில் கூட்டுறவு முறைப்படி சமுதாயம் செயல்பட சில திட்டங்களையும் ஆலோசனைகளையும் அச்சங்கங்களின் உறுப்பினர்கள் வழங்கினர். பெண்கள் அனைவரும் பயன்படுத்தக் கூடிய தேசியக் குழந்தைக் காப்பகங்கள், பொதுச் சலவை அறைகள், பொது உணவு விடுதிகள் ஆகியன அமைக்கப்படவேண்டும் என்றும், கூட்டுறவு வாழ்க்கையை மேற்கொள்வதற்கு உகந்த வகையில் விளங்கக்கூடிய குடியிருப்புகள், பூங்காக்கள், பள்ளிக்கூடம், மருத்துவமனைகள் ஆகியன அமைக்கப்பட வேண்டும் என்றும் அவர்கள் கோரினர்.

ழான் தெர்வான் மேற்கூறிய கோரிக்கைகளை ஆதரித்ததுடன், சமுதாயத்தின் உளவியலும், குறிப்பாக ஆண்களின் மனப்பான்மையும் மாற வேண்டியதன் தேவையை வலியுறுத்தினார். உழைக்கும் மக்களின் விடுதலையைப் பற்றி ஓயாமல் பேசும் ஆண்கள் வீட்டிற்கு வந்தவுடன் சர்வாதிகாரிகளைப் போல் நடந்து கொள்வது நியாயமல்ல என்றும், மக்கள்தான் முதன்மையானவர்கள் என்று வீரமுழக்கமிடும் சோசலிச ஆண்கள் 'மக்கள்' என்ற வகைப்பாட்டிற்குள் பெண்கள் அடங்குவர் என்பதை மறந்து விடக் கூடாது என்றும் அவர் வழக்காடினார். ஒருபுறம் தாய்மை என்ற அனுபவம் பெண்களை தனிச்சிறப்பான பிறவிகளாக ஆக்குகிறது என்று கூறிய அவர் பெண்களின் வாழ்வின் இலட்சியமே தாய்மையடைவதுதான் என்ற கருத்தை ஏற்கவில்லை. குடும்பத்தில் உண்மையான அன்பும், அமைதியும் நிலவ வேண்டுமானால், பெண்களுடைய பொறுப்புகளாகக் கருதப்படும் எவையும், தாய்மை உட்பட, அவர்கள் மீது திணிக்கப்படக்கூடாது; தாய்மை என்பது பெண்களாக விரும்பி ஏற்கும் அனுபவமாக, பொறுப்பாக இருக்க வேண்டுமேயொழிய அவர்களுக்குரிய கட்டாயக் கடமையாக ஆக்கப்படக் கூடாது என்றார்.

ழான் தெர்வான் தாய்மையின் உன்னதத்தை உயர்த்திப்பிடித்த அதே வேளையில் பெண்மை, ஆண்மை என்ற வரைவிலக்கணத்தை, அதன் அடிப்படைகளை விமர்சித்தார். 1848 ஆம் ஆண்டு வெடித்த புரட்சிக்கு முன் சோசலிச சனநாயகவாதிகளின் பிரதிநிதியாக தேர்தல்களில் போட்டியிட அவர் முடிவு செய்தபோது புருதோன் (Proudhon) என்பவர் –

அவருடன் மார்க்ஸ் பல கருத்து மோதல்களை நடத்தியுள்ளார் – பெண்கள் அரசியலில் பங்கேற்பது என்பது ஆண்கள் குழந்தைகளுக்குப் பாலூட்டுவதை ஒத்ததுதான். இரண்டுமே இயற்கைக்கு முரணானவை, நடைமுறையில் சாத்தியப்படக் கூடியவை அல்ல என்று கூறினார். அதற்கு மூான் தெர்வான் அளித்த பதில் அவருடைய மேற்கூறிய நிலைப்பாட்டை தெளிவாக வெளிப் படுத்தியது: "குழந்தைகளுக்குப் பாலூட்டுவதென்பது என்னவோ பெண்களால் மட்டும்தான் முடியும். பெண்களின் உடலமைப்பு அப்படி. ஆனால் நாடாளுமன்றத்தில் ஆண்கள்தான் பிரதிநிதிகளாக இருக்க வேண்டும் என்ற வாதம் வினோதமானது. நாடாளுமன்ற உறுப்பினராக இருக்க வேண்டிய தகுதி ஆண்களுக்கு மட்டுமே உரிய உறுப்புடன் சம்பந்தப்பட்டதா என்ன?"

பிரெஞ்சுப் பெண்ணியச் சிந்தனையாளர்களின் கருத்துகள், செயல்பாடுகள் ஆகியன பிரெஞ்சுச் சமூகத்தில் உண்டான மாற்றங் களாலும், பிரெஞ்சு அறிவாளிகளின் கருத்தியலாலும் மட்டும் வடிவமைக்கப்படவில்லை. 19–ஆம் நூற்றாண்டின் தொடக்க ஆண்டுகளில் இங்கிலாந்திலும் வட அமெரிக்காவிலும் விவாதிக்கப்பட்ட, பேசப்பட்ட பெண்ணிய, பெண் விடுதலைக் கருத்துகளும், அவ்வாறு பேசிய பெண்களுடன் பிரெஞ்சுப் பெண்களுக்கிருந்த தொடர்புகளும், பிரெஞ்சுப் பெண்ணியச் சிந்தனைக்கு ஆதர்சமாக இருந்தன, வளம் சேர்த்தன,

இங்கிலாந்தில் 19–ஆம் நூற்றாண்டின் முற்பகுதியில் மூன்று முக்கியப் பெண்ணியச் சிந்தனைப் போக்குகள் காணப்பட்டன. தாமாகக் கற்றறிந்த விஷயங்களைக் கொண்டும், தமக்கு ஏற்ப அனுபவங்கள் கற்பித்த படிப்பினைகளின் அடிப்படையிலும், பென் விடுதலை, சமத்துவம் பற்றிப் பேசிய, எழுதிய பெண்கள் வகை வகையான போக்கைப் பிரதிநிதித்து[7] வப்படுத்தினர். அவர்களில் சிலர் அன்று செல்வாக்குப் பெற்றிருந்த சமூக, அரசியல் இயக்கங்களுடன் தம்மை இணைத்துக் கொண்டனர்.

இரண்டாவது வகையான பெண்ணியச் சிந்தனையாளர்கள் சாசன இயக்கத்தைச் சேர்ந்தவர்களும், அவ்வியக்கத்தின் தாக்கம் பெற்றவர்களும் ஆவர்.[9]

8. புருதோனைப் பற்றிய மார்க்ஸ், ஏங்கல்ஸ் ஆகியோரின் விமர்சனம் The Poverty of Philosophy என்ற நூலாக வெளிவந்தது.

9. சாசன இயக்கம் பற்றிய குறிப்புகளுக்கு விளக்கக் குறிப்புகள் - III - காண்க.

இராபர்ட் ஓவனின் சீர்திருத்த சோசலிசச் சிந்தனையால் ஈர்க்கப்பட்டு, அதன்வழி செயல்பட முனைந்தவர்கள் மூன்றாம் வகைச் சிந்தனையாளர்கள். அவர்கள் சேன் – சிமோன், ஃபூரியெ ஆகியோரின் கருத்துகளையும் அறிந்திருந்தனர்.

முதலாம் வகைப் பெண்ணியச் சிந்தனையாளர்களில் மிக முக்கியமானவர் மேரி வொல்ஸ்ட ன்கிராஃப்ட் (Mary Wollstonecraft). அவரை பிரெஞ்சுப் பெண்ணியச் சிந்தனையாளர்கள் நன்கு அறிந்திருந்தனர். ஃப்ளோரா ட்ரிஸ்டான் (Flora Tristan) என்ற பிரெஞ்சுக் கைவினைஞர், வொல்ஸ்டென்கிராஃப்டின் சிந்தனையால் ஈர்க்கப்பட்டார். பெண்ணுரிமையின் முக்கியத்துவத்தை அவரிடமிருந்தே தாம் கற்றுக் கொண்டதாகவும் ஃப்ளோரா ட்ரிஸ்டான் கூறினார்.

மேரி வொல்ஸ்டன்கிராஃப்ட் (1759–1797) மிக வறிய சமூகப் பின்னணியில் வளர்ந்தவர். சிறு வயதிலிருந்தே தனது சொந்தக்காலில் நின்று வாழ்க்கையை நடத்த வேண்டிய கட்டாயம் அவருக்கிருந்தது. தாமாகவே நிறைய விஷயங்களைப் படித்துத் தெரிந்து கொண்டார். எழுத்தாளராக வேண்டும் என்ற ஆர்வத்தில் லண்டன் மாநகருக்கு வந்து சேர்ந்த அவருக்குப் புரட்சிகரமான அரசியல் கருத்துகளை வெளியிட்டு வந்த ஒரு பதிப்பாளரின் நட்பும், தோழமையும் கிடைத்தது. அவர் மூலம் அன்றைய சமூக, கருத்தியல் சூழலில் முக்கியமானவர்களாகக் கருதப்பட்ட அறிவாளிகளைச் சந்திக்கவும், அவர்களுடன் உரையாடவும் வாய்ப்புக் கிடைத்தது. அவர் சந்தித்த அறிவாளிகளில் அவரை மிகவும் கவர்ந்தவர், தாமஸ் பெய்ன் (Thomas Paine) என்ற புரட்சிச் சிந்தனையாளர்தான். மனித உரிமைகள், சமத்துவம் ஆகியனவற்றை உரத்து முழங்கிய பெய்னின் கருத்துகள் அடியொற்றியும், தனது வாழ்க்கையில் தான் எதிர்கொண்ட பிரச்சிகளைக் கருத்தில் கொண்டும் பெண்களின் உரிமைகளை அங்கீகரித்து நியாயப்படுத்தி மேரி வொல்ஸ்டன்கிராஃப்ட் மிக உணர்ச்சிகரமான அறிவார்ந்த கட்டுரை ஒன்றை எழுதினார் (1791–ஆம் ஆண்டு, பிரெஞ்சுப் புரட்சி நடந்து முடிந்த இரண்டாம் ஆண்டு, அக்கட்டுரை வெளியிடப்பட்டது).

அக்கட்டுரையின் முக்கியக் கருத்துகளாவன: ஆணுக்குப் பெண் சமம்; ஆணைப் போலவே பெண்ணும் பகுத்தறிவுடையவள், பகுத்தறிவுக்குரியவள்; தனது அறிவாற்றலின் அடிப்படையில்,

வாழ்க்கையை தன் விருப்பத்தின்படியும், அறிவின்படியும் அமைத்துக் கொள்ளும் தகுதியுடையவள், காலங்காலமாக ஆண்கள் பெண்களைப் பகுத்தறிவற்றவர்களாக, பகுத்தறிவுக்கு உரிமை கொண்டாடத் தகுதியற்றவராகக் கருதி வந்ததால் பெண்கள் பகுத்தாய்ந்து சிந்திக்கும் திறமையை வளர்த்துக்கொள்ள வாய்ப்பில்லாமல் போய்விட்டது; பெண்கள் உணர்ச்சிகளுக்கு முக்கியத்துவம் கொடுத்து வாழப் பழகி விட்டனர்; தம்மைக் கட்டுப்படுத்தி ஆண்களுக்கு அடிமையாக்கும் விஷயங்களில் காதலுக்கும், இதர உணர்ச்சிகளுக்கும் பங்குண்டு என்பதைப் பெண்கள் தெரிந்து கொள்ள வேண்டும்; காதலைத் தூண்டும், உணர்ச்சி ததும்பும் அனுபவங்களையும் மோகத்தையும் பகுத்தறிவின் துணை கொண்டு கடந்து செல்லப் பெண்கள் பழக வேண்டும்; உணர்ச்சிகள், உடலுறவு ஆகியவற்றைக் கடந்த தனிமனித உறவுகள்தான் அறிவான, முறையான குடும்பம், பகுத்தறிவுக்குக் கட்டுப்பட்ட நெறியான, நீதியான சமுதாயம் ஆகியன உருவாக வழிவகுக்கும்.

பெண்களின் உணர்ச்சிகள், வேட்கைகள், விருப்பங்கள், ஆசைகள், ஆகியன குறித்தும் உடலுறவைக் குறித்தும் மேரி வொல்ஸ்டன்கிராஃப்ட் இத்தகைய கருத்துக்களைக் கொண்டிருக்கக் காரணம், பெண்களை பாலுறவுக்கு மட்டும் உகந்த பயன்பாட்டுப் பொருளாக ஆண்கள் கருதுவதும், அதன் பொருட்டுப் பெண்களின் உணர்ச்சிகளை பயன்படுத்துவதும்தான். மேலும், பெண்கள் பொது வாழ்க்கையில் பங்கேற்க வேண்டுமானால் உணர்ச்சிகளுக்கு இடங் கொடுக்காமல் அறிவார்ந்த வகையிலே சிந்தித்துச் செயல்படுவது தேவை என்றும் மேரி வொல்ஸ்டன் கிராஃப்ட் கருதினார். தனிமனித வாழ்க்கை, உறவுகள் முதலியனவையே பொதுவாழ்க்கை, சமூகம் ஆகியவற்றின் தன்மையைத் தீர்மானிக்கின்றன என்றும், பொது வாழ்க்கையில் மாற்றங்களைப் புகுத்த வருபவர்கள் தனிமனித உறவுகளிலும் மாற்றங்களை உருவாக்க முனைய வேண்டும் என்பதும் அவருடைய கருத்தாக இருந்தது,

1791-இல் தனது கட்டுரை வெளியானவுடன் மேரி வொல்ஸ்டன் கிராஃப்ட் பிரான்சுக்குச் சென்றார், புரட்சியின் தாக்கங்களையும் அது உருவாக்கியிருந்த புதிய குடியரசையும் நேரில் சென்று பார்க்க வேண்டும் என்ற ஆவலின் காரணமாக அப்பயணத்தை மேற்கொண்டார். அப்போது அவர் பிரெஞ்சுப் பெண்களை, குறிப்பாக பெண்ணியச் சிந்தனையாளர்களை –

அவர் சந்தித்திருக்க வேண்டும் இது ஒரு புறமிருக்க, புரட்சி கட்டவிழ்த்துவிட்டிருந்த சர்வாதிகார மானது அவரை மனங்கலங்கச் செய்தது. புரட்சியின் உன்னத இலட்சியங்கள் கறைபடிந்து போய்விட்டனவோ என்று மனம் வெதும்பி இங்கிலாந்துக்குத் திரும்பி வந்தார். பெண் விடுதலை தொடர்பான கருத்துகளைத் தொடர்ந்து தெரிவித்தார், எழுதினார், பிரச்சாரம் செய்தார். 1797–ஆம் ஆண்டு அவர் இறந்துவிட்டபோதிலும் அவருடைய சுயாதீனமான சிந்தனையும், அசாதாரணமான மன வலிமையும், நறுக்குத் தெறித்தாற்போல் சொல்கின்ற மொழி நடையும் அடுத்தடுத்து வந்த தலைமுறையினர் மீது – குறிப்பாக சிந்திக்கும் பெண்கள் மீது – பெரும் தாக்கத்தை ஏற்படுத்தின.

மேரி வொல்ஸ்டன்கிராஃப்ட்; பெண்ணுரிமை பற்றிச் சிந்திக்கத் தொடங்கிய காலத்தில், அதாவது பதினெட்டாம் நூற்றாண்டின் இறுதி ஆண்டுகளில் தொடங்கி, பத்தொன்பதாம் நூற்றாண்டின் முதல் 25 ஆண்டுகள் ஈறாக, பெண்ணுரிமை தொடர்பாக, பெண்களால் எழுதப்பட்ட புத்தகங்கள், அறிக்கைகள், விளக்கவுரைகள் என 44 வெளியீடுகள் வெளிவந்தன. எனினும் பெண்களின் அறிவார்ந்த பங்களிப்பை ஆண் அறிவாளிகள் மதிக்கவும் இல்லை; பொருட்படுத்தவுமில்லை. பெண்களுக்கு உரிய பணி கணவனுக்குப் பணிவிடை செய்து இன்பமளிப்பதுதான் என்றும், அறிவுசார்ந்த பணிகளை மேற்கொள்வது அவர்களுக்கு அழகல்ல என்றும் ஆண்களில் பலர் எண்ணினர். இருந்தாலும் மேரி வொல்ஸ்டன்கிராஃப்ட் போலவே வேறு சில பெண்களும் சிந்தித்தனர், எழுதினர்.

கேத்ரீன் மெக்காலே (Catherine Macaulay 1731–1791) என்பவர் பெண்கள் முட்டாள்களாக இருப்பதற்குக் காரணம், அவர்களுக்குப் போதிய கல்வி வழங்கப் படாததுதான் என்றும், ஒரு பெண் பெண்ணாகப் பிறந்ததாலேயே ஒன்றும் குறைந்து போய்விடவில்லை என்றும், அவளுடைய அறியாமையும், வரம்புக்குட்படுத்தப்பட்ட வாழ்க்கை நிலைமைகளும்தான் அவளை ஆற்றலற்றவளாக ஆக்கியுள்ளன என்றும் எழுதினார். பெண்கள் அழகுப் பதுமைகளாய் இருப்பதைத்தான் ஆண்கள் விரும்புகிறார்கள் என்பதையும், பெண்களுமே அத்தகைய விருப்பங்களுக்கு இணங்கி, “கொஞ்சிக் கொஞ்சிப்பேசி, அன்ன நடை நடந்து, மிகவும் பலகீனமானவர்களாய்த் தம்மைகக்கருதி ஆண்களின் கவனத்தைப் பெற முயற்சி செய்து வருகிறார் என்பதையும் அவர் சுட்டிக்காட்டினார்.

பெண்களின் அறிவாற்றல், தன்மானம் முதலியவற்றை முதன்மைப்படுத்தி அவற்றின் அடிப்படையில் பெண்ணிய நோக்கு, புரிதல் ஆகியனவற்றை வரையறுக்க முனைந்த மேரி வொல்ஸ்டன் கிராஃப்ட், கேத்ரீன் மெக்காலே போல் அல்லாது, தாம் சார்ந்திருந்த சமூக வகுப்பின் அக்கறைகளை, முதன்மைப்படுத்தி பெண் விடுதலை பற்றிப் பேசியவர்கள், இரண்டாம் வகைப் பெண்ணியச் சிந்தனையாளராவர். அவர்களில் பெரும்பாலோர் உழைக்கும் வகுப்பைச் சேர்ந்தவர்களாக இருந்தனர். வயது வந்தோருக்கெல்லாம் (அதாவது வயது வந்த ஆண்களுக்கெல்லாம்) வாக்குரிமை என்ற முழக்கத்தை முன்வைத்து சாசனவாதிகள் போராடிய போதெல்லாம் பெண்களும் அவர்களுடன் இணைந்து மேற்கூறிய கோரிக்கைக்காகப் போராடினர். அதுபோல அதிக ஊதியமும், மருத்துவ வசதியும் கோரியும், வேலை நிலைமைகளில் சீர்திருத்தங்கள் கோரியும், சாசனவாதிகள் நடத்திய வெகுமக்கள் போராட்டங்களில் பெண்களும் பங்கேற்றனர். அதனால் உண்டான சங்கடங்களையும் அரசு அதிகாரிகள் தந்த தொல்லைகளையும் அப்பெண்கள் பொருட்படுத்தவில்லை என்றாலும் தமது அரசியல் பங்களிப்பை தமது உரிமை சம்பந்தப்பட்ட விஷயமாக பெண்கள் பார்க்கவில்லை. தாம் சார்ந்திருந்த வகுப்பின் நலன்களைக் கருத்தில் கொண்டும், ஆண்களுடன் சேர்ந்து தாமும் அனுபவித்த வறுமை, பசி, பிணி ஆகியவற்றின் பாதிப்புகளின் விளைவாகவும் தான் அப்பெண்கள் குடும்ப எல்லைகளைக் கடந்து, பொது வாழ்க்கைக்கு வந்தனர். அவர்களுடைய கடமை வீட்டில் இருந்து குடும்பப் பொறுப்புகளைக் கவனிப்பதுதானேயொழிய பொதுப் பிரச்சினைகளில் தலையிடுவதல்ல என்று அதிகாரத்தில் உள்ளவர்கள் அவர்களை மிரட்டியபோது மட்டும் தமது பங்களிப்பானது ஏன் தேவையாகிறது, ஏன் தம்மால் கைகட்டி நிற்க முடியாது என்று அப் பெண்கள் விளக்கினார்கள். அத்தகைய விளக்கங்களினூடாக தமது அரசியல் செயல்பாடானது தமக்குரியது, அவ்வாறு செயல்பட தமக்கு உரிமையுண்டு என்பன போன்ற கருத்துகள் மின்னல்போலத் தோன்றி மறைவதைக் காணலாம்:

> பெண்களுடைய சாம்ராஜ்யம் குடும்பம்தான் என்றும் அரசியல் களத்தை நாங்கள் ஆண்களிடம் ஒப்படைத்துவிட வேண்டும் என்றும் கூறுகிறார்கள். நாங்கள் இருக்கும்

நிலைமையில் எங்களால் இதை ஏற்றுக்கொள்ளவே முடியாது.

எங்கள் குடும்பம் வளமாக வாழ நாங்கள் ஆண்டாண்டுக் காலமாகப் பாடுபட்டு வருகிறோம். நாள்தோறும் மிகக் கடினமான உழைப்பைச் செய்து முடித்து, களைப்புடன், சோர்வுற்று வீடு திரும்பும் எங்களுடைய கணவன்மார்களை அன்புடன் வரவேற்க எங்கள் மனம் அலைபாய்கிறது. ஆனால், நாட்கள் எம்மைக் கடந்து செல்கின்றனவே தவிர, எங்கள் ஆசைகள் எவையும் நிறைவேறுவதாக இல்லை. எங்கள் கணவன்மார்கள் உழைத்து உழைத்துக் களைத்துப் போய்விட்டனர்.

எங்கள் வீடுகளில் அரையும் குறையுமான வசதிகள்; எங்கள் குடும்பத்தாருக்கு அரை வயிற்றுக்கு மட்டுமே உணவு; எங்கள் பிள்ளைகளுக்குக் கல்வி இல்லை; நாளைய தேவைகளை நினைத்துப் பார்த்தாலே பயம் எங்களை வாட்டுகிறது. (இதற்கிடையே) செல்வந்தர்களின் இழிவுரைகளும் வசைமொழியும் எங்கள் மனங்களைத் துளைக்கவும் துன்புறுத்தவும் காத்துக் கொண்டிருக்கின்றன. எங்களுடைய சுற்றத்தார், நண்பர்கள் ஆகிய அனைவர் மீதும் அடிமை முத்திரை குத்தப்பட்டுள்ளது. நாங்கள் கூனிக்குறுகி வாழ வேண்டியுள்ளது. எல்லோரும் வெறுக்கும் சாதி நாங்கள். எங்களை ஒடுக்குபவர்கள் எங்களது உணர்ச்சிகளை ஏளனம் செய்து அவற்றை வெறுப்பதுடன் நிறுத்திக் கொண்டால் பரவாயில்லை. ஆனால் அவர்கள் எங்களுடைய தேவைகள், எண்ணங்கள் ஆகியவற்றின் மீது முழு ஆதிக்கம் செலுத்த வேண்டும் என்று நினைக்கிறார்கள்....”

சாசன இயக்கத்தைச் சேர்ந்த ஆண்கள், பெண்களுக்கும் வாக்குரிமை வழங்கப்படவேண்டும் என்பதை ஏற்றுக்கொள்ள வில்லை. பெண்களுக்கு அவ்வுரிமை வழங்கப்படுவதை அவர்கள் எதிர்த்ததற்கு இரண்டு முக்கியக் காரணங்கள் இருந்தன. பெண்கள் அனைவருக்கும் வாக்குரிமை என்று வந்துவிட்டால் செல்வந்தர் வீட்டுப் பெண்களுக்கும், சொத்துகள் வாய்க்கப்பெற்ற பெண்களுக்கும் சேர்ந்து உரிமை முழக்கம் எழுப்புவது என்றாகிவிடும். உழைக்கும் வகுப்பினரான சாசனவாதிகளுக்கு இதில் விருப்பமில்லை. இரண்டாவதாக,

அவர்களில் பலர் 'பெண்களுடைய இடம் குடும்பம் தான், அவர்களுக்குரிய பொறுப்பு குடும்பத்தைப் பேணுதல்தான்' என்று உறுதியாக நம்பினார்கள்.

இவ்வாறு அவர்கள் நினைப்பதற்கு வேறொரு காரணமும் இருந்தது. தொழிற்புரட்சியின் காரணமாக பெண்கள் தொழிற்கூடங்களில் வேலை பார்க்க வேண்டியவரானார்கள். அதன் காரணமாக அவர்களால் குடும்பப் பொறுப்புகளை நிறைவேற்ற இயலாமற் போனது. அது மட்டுமல்லாது, குடும்ப எல்லைகளைத் தாண்டி அவர்கள் பொது இடங்களில் வேலை பார்ப்பதென்பது (ஆண்களுக்கு) பெரும் அச்சம் தரக்கூடிய விஷயமாகக் கருதப்பட்டது. பெண்கள் ஆண்களை அடக்கி ஆளத்தொடங்கி விடுவாரோ என்ற ஐயம் ஆண்களிடம் இருக்கவே செய்தது. தமது அச்சங்களையும் ஐயப்பாடுகளையும் களையும்பொருட்டு ஆண்கள் பெண்கள் மீது பாய்ந்தனர். பெண்கள் வேலை பார்ப்பது தேவையற்றது என்றும், பெண்களுடைய அக்கறையெல்லாம் அவர்களுடைய குடும்பத்தைப் பேணுவதன் மீது மட்டுமே செலுத்தப்பட வேண்டும் என்றும், பெண்கள் உழைத்துத்தான் உண்ண வேண்டுமென்பதில்லை, நல்ல பொறுப்பான கணவனைத் தேர்ந்தெடுத்து அவனை உழைக்கச் சொல்லி, தான் குடும்பப் பணிகளைப் பார்த்து வந்தாலே அவர்களுடைய மனமும் வயிறும் நிரம்பிவிடும் என்றும் பல சாசனவாதிகள் கருதினர்.

பெண் தொழிலாளர்கள் கூட்டமொன்றில் பேசிய ஒரு சாசனவாதி, "கைவினை உற்பத்தி முறையில், பெண்கள் வீட்டில் இருந்தே வேலைபார்த்து வந்தனர்; அதனால் குடும்பத்தையும் அவர்களால் சீராகக் கவனித்துக்கொள்ள முடிந்தது; ஆனால் இன்று பெண்கள் வீட்டைவிட்டு வேலைக்குப்போக வேண்டிய கட்டாயம் உண்டாகிவிட்டது. இது சரியல்ல; ஏனெனில், இது ஆண்கள் செய்ய வேண்டிய வேலை... இதை நீங்கள் (பெண்கள்) செய்யக்கூடாது. உங்களுக்குத் தகுந்த இடம் தொழில் ஆலைகளல்ல, உங்களுடைய வீடுகள்தான். உங்களுடைய தொழில் உங்களுடைய (குடும்ப) பொறுப்புகளை நிறைவேற்றுவதுதான்" என்று விளக்கமளித்தார்.

இவ்வாறு அறிவுறுத்தியவர், அதே மூச்சில், "பெண்களின் வாழ்வு, சமுதாயப் பாத்திரம் ஆகியன மிக உன்னதமானவை; ஆண்கள் உலகத்தில் இருப்பதே பெண்ணின் தயவில்தான்;

பெண்தான் ஒரு குழந்தையின் முதல் ஆசான்; வாழ்க்கையை உன்னதமாக்கும் அனைத்துக்கும் பெண்தான் மூலாதாரம்; அவற்றின் உறைவிடம்; எனவே அவர்களுக்கு அரசியல் உலகிலும் பொறுப்புண்டு; அவர்களுடைய பொதுப்பணி என்பது பொது வாழ்க்கையில் ஆண்கள் வெளிப்படுத்தக்கூடிய முரட்டுத் தனத்தைக் கட்டுப்படுத்துவதுதான்" என்றும் முழங்கினார்.

பெண்களின் உரிமைப் பிரச்சினைகளைப் பொறுத்தவரை சாசனவாதிகளின் கருத்துகள் முரண்பட்ட அம்சங்களைக் கொண்டிருந்தன என்பது தெளிவு. சேன்–சிமோன், ஃபூரியெ ஆகியோரைப் போல் முதலாளியத்தின் தோற்றத்துக்கும், பெண்க ளுடைய வாழ்க்கையில் ஏற்பட்டிருந்த பாதகமான விளைவுகளுக்கும் தொடர்புகள் இருப்பதை சாசனவாதிகள் சரியாகவே அடையாளப்படுத்தினர். ஆனால் இப்பாதகமான விளைவுகளைக் களைந்தெறிய அவர்கள் கையாள முனைந்த வழிமுறைகள் அப்பிரெஞ்சு சிந்தனையாளர்களின் கருத்துகளி னின்றும் அவர்கள் மேற்கொண்ட நடவடிக்கைகளினின்றும் பெரிதும் மாறுபட்டிருந்தன. பெண்களுக்குரிய உரிமைகளைப் பற்றிப் பேசுவதற்குப் பதிலாக, 'பெண்மையின் உன்னதத்தைக் கொண்டாடும் போக்கும், அதன்பொருட்டு, பெண்களின் வாழ்க்கையை குடும்ப எல்லைகளுக்குள்ளும், பாசம், பராமரிப்பு என்ற பண்புகளுக்குள்ளும் குறுக்கும் போக்குமே அவர்களிடம் காணப்பட்டன. இருந்தாலும் சாசனவாதிகள் இயக்கத்தை ஆதரித்த நடுத்தர வகுப்பு அறிவாளிகளின் குடும்பங்களைச் அடுத்த தலைமுறைப் பெண்கள் பலர், அவ்வியக்கததின குறிக்கோள்களால் ஈர்க்கப்பட்டு, பிற்காலத்தில் தாம் பேசத் துணிந்த பெண்ணியக் கருத்துகளுக்கு, அக்குறிக்கோள்களைத்தான் ஆதர்சமாகக் கொண்டனர் என்பது குறிப்பிடத்தக்கது.

மூன்றாம் வகைச் சிந்தனைப் போக்கானது சோசலிய சீர்திருத்தவாத கருத்துகளை உள்ளடக்கியிருந்தது. இராபர்ட் ஓவனின் சீர்திருத்தங்கள், அவர் நடத்திய கூட்டு வாழ்வு குழாம்கள் (Home Colonies) ஆகியவற்றினால் ஈர்க்கப்பட்ட நடுத்தர வகுப்பு பெண்கள் பலர் தாமே அத்தகைய குழாம்களை அமைக்க முனைந்தனர். இங்கு இரண்டு பெண்கள் நமது கவனத்துக்குரியவராகிறார்கள். ஒருவர், **பிரான்சஸ் ரைட்** (Frances Wright), மற்றொருவர் **அன்னா வீலர்** (Anna Wheeler).

பிரான்சஸ் ரைட் *(1795–1852)* நடுத்தர வகுப்புக் குடும்பமொன்றில் பிறந்தவர். சிறு வயதிலிருந்தே துணிவும் அறிவும் வாய்த்திருந்த அவர், தனது *18* – ஆவது வயதில்,

தனது சகோதரியுடன் அமெரிக்காவுக்குச் சென்றார். அமெரிக்க ஜனநாயகம் அவரை வெகுவாகக் கவர்ந்தது. ஐரோப்பாவிலும் இங்கிலாந்திலும் இருப்பதைக் காட்டிலும், பெண்களுக்கு அமெரிக்கச் சமூகத்தில் அதிக சுதந்திரம் இருப்பதாக அவர் கருதினார். இருந்தாலும், ஒரு சில ஆண்டுகளுக்குப் பிறகு அமெரிக்காவிலிருந்து தாயகம் திரும்பினார். சில ஆண்டுகள் கழிந்தபின் அவர் மீண்டும் அமெரிக்கப் பயணம் மேற்கொண்டார். இம்முறை அமெரிக்கச் சமூகத்தைப் புதிய விமர்சன நோக்கில் மதிப்பீடு செய்யத் தொடங்கினார். ஆப்பிரிக்க இனத்தைச் சேர்ந்தவர்கள் அடிமைத்தனத்தில் ஆழ்த்தப்பட்டிருப்பதை எதிர்த்துப் பிரச்சாரம் செய்தார்.

அமெரிக்காவில் இராபர்ட் டேல் ஓவனின் (இராபர்ட் ஓவன் மகன்) தோழமை அவருக்குக் கிடைத்தது. டேல் ஓவன், தந்தை அடியொற்றி அமெரிக்காவில் ஒரு கூட்டு வாழ்வுக் குழாமை அமைத்திருந்தார். பிரான்சஸ் ரைட் அக்குழாமுக்குச் சென்று சிலகாலம் தங்கியிருந்தார். பிரான்சஸ் ரைட் அக்குழாமுக்குச் சென்று சிலகாலம் தங்கியிருந்தார், அந்த அனுபவம் அவரது மனத்தை ஆட்கொண்டு, அத்தகைய குழாம் ஒன்றைத் தானும் ஏன் உருவாக்கக்கூடாது என சிந்திக்கவும் தூண்டியது. பிரான்சஸ் ரைட் 'கூட்டுவாழ்வு', 'கூட்டுறவு என்பதை பொருளாதார உறவுகள், ஆண் – பெண் உறவுகள் என்பவற்றுடன் மட்டும் தொடர்புபடுத்திப் பார்க்கவில்லை. அமெரிக்கச் சமுதாயத்தின் மிக அடிப்படையான பிரிவினையான வெள்ளை இன – கறுப்பு இனப் பிரிவினையைக் கடந்தும், அப்பிரிவினையை நிராகரிக்கும் வகையிலும் கூட்டுவாழ்வு அமைய வேண்டும் என்று கருதினார். அடிமைத்தனத்திலிருந்து விடுவிக்கப்பட்டிருந்த சில ஆப்பிரிக்க இனத்தவரையும், ஏழை வெள்ளை இன அமெரிக்கர்களையும் சேர்த்துக் கொண்டு தானே ஒரு கூட்டு வாழ்வுக் குழாமை உருவாக்கினார். அதன் பெயர் **'நஷோபா'** (Nashoba) பல்வேறு எதிர்ப்புகளையும், பிரச்சினைகளையும் அக்குழாமினர் சந்திக்க வேண்டியிருந்தது. பல்வேறு இடையூறுகளுக்கிடையே செயல்பட்ட அக்குழாம் பத்தாண்டுக்காலமே நீடித்தது. அதற்குப் பிறகும்கூட பிரான்சஸ் ரைட் ஆப்பிரிக்க இனத்தவரின் உரிமைகளுக்காகவும் பெண்ணுரிமைக்காகவும் தொடர்ந்து பிரச்சாரம் செய்து வந்தார்.

அன்னா வீலர் *(1785)* பற்றி நமக்கு அதிகமான செய்திகள் கிடைக்கவில்லை. அவருடன் வாழ்க்கை நடத்திய வில்லியம் தாம்சன் (William Thompson) என்பவர், தான் எழுதிய

பெண்ணியச் சார்பான பிரசுரம் ஒன்றிற்கான முகவுரையில் அன்னா வீலரின் சிந்தனையால் தூண்டப்பட்டுத்தான் தான் அக்கட்டுரையை எழுதியுள்ளதாகவும், அவருடைய தோழமையும் வழிகாட்டுதலும்தான் தன்னை எழுத ஊக்குவித்தன என்றும் குறிப்பிட்டுள்ளார்.

பெண் விடுதலை, பெண் உரிமைகள் பற்றி அன்னா வீலரும் (வில்லியம் தாம்சனும்) மிகவும் புரட்சிகரமான கருத்துகளைக் கொண்டிருந்தனர்.

அவை கீழ் வருமாறு:

போட்டி பொறாமைகள், இலாப நோக்கு முதலியவற்றை அடிப்படையாகக் கொண்ட பொருளாதார அமைப்பானது சமூக உறவுகளையும் தனிமனித உறவுகளையும் பாதிப்பதுடன், சமூக உளவியலையும் பாதிக்கிறது. சந்தேகம், போட்டி மனப்பான்மை ஆகியனதான் இத்தகைய சமுதாயத்தில் மேலோங்கிக் காணப்படும் உணர்ச்சிகள். போட்டி என்பது வாழ்க்கையின் எல்லாத் தளங்களிலும் இருக்கும்போது ஆரோக்கியமான மனிதவுறவுகள் உருவாகுவதற்கான வாய்ப்புகள் இல்லாமல் போய்விடுகிறது. இந்தவொரு சூழலில் பெண்களின் பாடுதான் பெருந் திண்டாட்டமாகி விடுகிறது. காலங்காலமாகக் கல்வியும் பொருளாதார சுதந்திரமும் மறுக்கப்பட்ட சூழலில் வாழ்ந்துள்ள பெண்களுக்கு எந்தவொரு ஆதாரமும் இல்லாமல் போய்விடுகிறது, மேலும், பெண்கள் சுதந்திரமாக, சுயாதீனமாக வாழ, சிந்திக்க ஊக்குவிக்கப்படாததால், உயிர்வாழவும், சுய பாதுகாப்புக்காகவும் அவள் திருமணம் என்ற கட்டாயப் பிணைப்பிற்கு உட்படுத்தப்படுகிறாள். எக்காலத்திலும் திறந்த மனத்துடன் சிந்தித்துப் பழக்கப்படாத அவளுக்கு, பொது வாழ்விலும், அரசியலிலும் இடமில்லாமல் போனவளுக்கு குடும்பமே கதி என்ற நிலை வந்துவிட்டது:

> ஆண்கள்தான் செயல்வீரர்கள்; பெண்களின் விருப்பு வெறுப்புகளுக்கான அடிப்படைகளையுங்கூட அவர்கள்தான் தீர்மானிக்கின்றனர். எல்லாவற்றுக்கும் ஆண்தான் சொந்தக்காரன், எசமான். எல்லாவற்றுக்கும் அதிபதி... பெண் என்பவள் எளிதாக வாங்க விற்கப்படக்கூடிய பொருள், எல்லாச் சமயத்திலும் தாழ்ந்து பணிந்து போகும் வேலைக்காரி..."

போட்டி, இலாபம், பெண்ணடிமைத்தனம் ஆகியவற்றை இணைத்துப்பார்த்து, இம்மூன்றும் சேர்ந்து பெண்ணின் சுயாதீனத்தைக் கட்டுப்படுத்தியிருந்ததைச் சுட்டிக்காட்டிய அன்னா வீலர் (வில்லியம் தாம்சன்), எந்தவிதக் கட்டுப்பாடும் இல்லாமல் (இங்கு பொருளாதார ஏற்றத்தாழ்வுகள் உண்டாக்கும் நிர்ப்பந்தங்களையும் அவர்கள் கருத்தில் கொண்டிருந்தனர்) மானுடர்கள் சுதந்திரமாகவும் அன்புடனும் ஒருவருக்கு ஒருவர் உறவு கொள்ளும் காலத்தில்தான் உண்மையான, சமத்துவமான, நீதியான சமுதாயம் உருவாகும் என்றார். அத்தகைய உறவுகள் கூட்டுறவு, கூட்டு வாழ்க்கை முறைகள் ஆகியவற்றை நடைமுறைப்படுத்துவதால் மட்டுமே கைகூடும் என்றும் அவர் விளக்கினார். விடுதலை, கூட்டுறவு ஆகியன பெண்ணடிமைத்தனத்தையும், இனவெறியையும், கறுப்பினத்தவரை அடிமைத்தனத்தில் ஆழ்த்தி வைத்திருக்கும் முறையும் எதிர்க்கவல்ல விழுமியங்கள் என்பது அவர்களுடைய அசைக்க முடியாத நம்பிக்கையாக இருந்தது.

இங்கிலாந்தில் காணப்பட்ட இம்முப்பெரும் சிந்தனைப் போக்குகள் அன்னெத் தெவ்ருவின் உலகத்தை ஆட்கொண்டது போல, அமெரிக்கச் சூழலில் உருவான பெண்ணியக் கருத்துகளும் அப்பிரெஞ்சுச் சூழலில் பாதிப்புகளை ஏற்படுத்தின.

இங்கிலாந்தின் மேலாதிக்கத்தையும் ஆட்சியையும் தகர்த்தெறிந்த அமெரிக்கப் புரட்சி 1776 – இல் நடந்தது. அதற்குப்பிறகு அமெரிக்கக் குடியரசு நிறுவப்பட்டது. கடவுளால் படைக்கப்பட்டுள்ள மனிதர்களுக்கிடையே வேற்றுமைகளும், ஏற்றத்தாழ்வுகளும் இருக்கமுடியாது; மனிதர்கள் அனைவரும் சமம்; அவர்களைப் படைத்தவன் அவர்களுக்கென்று, அவர்களுடைய இருப்புடன் பிணைக்கப்பட்டுள்ள, அவர்களிடமிருந்து பிரிக்கமுடியாத உரிமைகளை அவர்களுக்கு வழங்கியுள்ளான். இவற்றை நிறைவேற்றுவது தான் தனது குறிக்கோள் என்று அந்தப் புதிய குடியரசு சூளுரைத்தது.

ஆனால் வெகு விரைவிலேயே அத்தகைய உரிமை முழக்கத்திற்கும் சமத்துவ முழக்கத்திற்கும் அன்றாட வாழ்வில் காணப்பட்ட சமூக, தனிமனித வேற்றுமைகளுக்கும் இடையே இருந்த இடைவெளியை அவ்வளவு எளிதாகக் கடந்து செல்லமுடியாது என்பது புலனாயிற்று. பிற்காலத்தில்

அமெரிக்காவின் இரண்டாவது குடியரசுத் தலைவராக அமர்த்தப்பட்ட ஜான் ஆடம்ஸ் (John Adams) என்பாரின் மனைவி அபிகெய்ல் ஆடம்ஸ் (Abigail Adams), புரட்சி நடந்த காலகட்டத்தில், கணவனுக்கு எழுதிய கடிதம் ஒன்றில், சமத்துவம் என்ற கொள்கை மிகப் பெரியது, அதற்கு எல்லைகள் கிடையாது, பெண்களும் அக்கொள்கைக்கு உரிமை கொண்டாடத் தகுதி யுடையவர்கள் என்பதை சுட்டிக்காட்டி யிருந்தார். ஆனால் ஜான் ஆடம்ஸ் மனைவியின் வாதங்களை ஏற்கவில்லை. அபிகெய்ல் ஆடம்ஸ் தனது கணவனிடம் கூறியது இதைத்தான் :

"புதிய சட்டங்களை வரையறுக்கும் போது ...... பெண்களை மறந்துவிடாதீர்கள்..... உங்களுடைய மூதாதையரைப் போல் அல்லாமல், அவர்களிடத்து கருணை காட்டுங்கள். அவர்களுக்குச் சாதகமான சட்டங்களை இயற்றுங்கள். கணவன்மார்களுக்கு வரம்புகடந்த அதிகாரத்தைக் கொடுத்து விடாதீர்கள். வாய்ப்புக்கிடைத்தால், ஒவ்வொரு கணவனும் கொடுங்கோலனாகக் கூடும் என்பதைத் தெரிந்து கொள்ளுங்கள். பெண்கள் விஷயத்தில் நீங்கள் தனிச்சிறப்பான அக்கறையும் கவனமும் காட்டாவிட்டால் நாங்கள் கிளர்ச்சி செய்வோம். எங்களுடைய தேவைகளை உள்ளடக்காத சட்டங்களுக்கு, எங்களுடைய கருத்துகளுக்கு இடமளிக்காமல் இயற்றப்பட்ட சட்டங்களுக்கு நாங்கள் கட்டுப்பட மாட்டோம்."

இந்தக் கருத்துகளை ஏற்க விரும்பாத ஆடம்ஸ், "ஆண்மை சார்ந்த எங்களுடைய அமைப்புகளைத் தகர்த்தெறிய நாங்கள் ஒன்றும் முட்டாள்கள் இல்லை" என்று மனைவியின் வேண்டுகோளுக்கு அலட்சியமாகப் பதிலளித்தார். அபிகெய்ல் ஆடம்ஸ் தனது முயற்சியில் சிறிதும் பின்வாங்காது, மிகுந்த வைராக்கியத்துடன் கணவனின் அலட்சியப் போக்கைச் சாடினார். ஆண்களிடம் உள்ள அதிகாரம் எதேச்சதிகாரம்தான் என்றும், அதற்கான வலுவான, மெய்யான அடிப்படைகள் கிடையாது என்றும், பெண்களின் ஒருமித்த எழுச்சியானது அந்த அதிகாரத்தைத் தகர்த்தெறியும் என்றும் கூறினார்.

அமெரிக்காவின் படித்த இத்தகைய மேட்டுக்குடியினர் மத்தியிலேயே சுதந்திரம், சமத்துவம் ஆகியன குறித்து இத்தகைய வேறுபட்ட கருத்துகள் நிலவியதென்றால் சாதாரணக் குடிமக்க ளிடையே ஏற்றத்தாழ்வுகள் குறித்த புரிதல் எவ்வாறானதாக

இருந் திருக்கக்கூடும் என்று நம்மால் கற்பனை செய்து பார்க்க முடிகிறது. பெண்கள் மட்டுமின்றி, கறுப்பின மக்களும் உழைக்கும் வகுப்பினரும் அமெரிக்கக் குடியரசு பிரகடனம் செய்த உரிமைகள் தமக்கு வழங்கப்பட மாட்டாது என்பதை வெகு விரைவிலேயே அறிந்துகொண்டனர். பெண்கள் தாம் அனுபவித்த ஒடுக்குமுறையானது கறுப்பின ஆப்பிரிக்க மக்களை ஒடுக்கும் இனவெறியை ஒத்ததுதான் என்பதையும் மெல்ல மெல்ல அறியத் தொடங்கினர்.

உரிமைகளைப் பற்றிப் பேசிய ஒடுக்கப்பட்ட வகுப்பினரில் பெண்களின் குரல், குறிப்பாகக் கறுப்பினப் பெண்களின் குரல் தெளிவாகவும் தீவிரமாகவும் ஒலித்தது. 1773–இலேயே **ஃபிலிஸ் வீட்லி** (Phyllis Wheatley) என்ற 19 வயதுப் பெண் தனது அடிமை வாழ்வைப் பற்றிய நூல் ஒன்றை வெளியிட்டார். பிரிட்டனில் அடிமைமுறை ஒழிப்புப் பிரச்சாரத்தில் ஈடுபட்டிருந்தவர்கள் அந்த நூலை வரவேற்றனர், பாராட்டினர். 1832– இல் இன்னொரு கறுப்பினப் பெண் தனது உரிமைகளை முன்நிறுத்தி எழுதினார். அடிமைமுறை ஒழிப்புப் பிரச்சாரம் செய்தார். அவரது பெயர் **மரியா ஸ்டுவர்ட்** (Maria Stewart). பெண்கள் தமக்கேவுரிய அறவுணர்வைப் பயன்படுத்தி, சிந்தித்துச் செயல்பட வேண்டும் என்று வற்புறுத்தினார்.

> “நாம் அனைவரும் சேர்ந்து நமக்கிடையே, அறம், ஒழுக்கம், பக்தி ஆகிய புனிதமான பண்புகளை வளர்த்துக் கொள்ளா விட்டால், அடிமைத்தனமும் அறியாமையும் நம்மைவிட்டு நீங்கப் போவதில்லை.”

சாராடக்லஸ் (Sara Douglas), ஹேரியட் பர்விஸ் (Harriet Purvis), சாரா ஃபோர்ட்டன், மார்க்கரட்டா ஃபோர்ட்டன் (Sara and Margaretha Forten) ஆகிய கறுப்பினப் பெண்கள் விடுதலை’ என்பதை ‘போராட்டம்‘ என்பதுடன் இணைத்துப் பார்த்தனர். பெண்களுக்கேயுரிய அறங்களை வளர்த்தெடுப்பதன் மூலம் விடுதலை சாத்தியப்படும் என்று அவர்கள் கருதவில்லை. உரிமைப் போராட்டங்கள் மூலம் சாதிக்கப்படும் அரசியல் மாற்றங்களால்தான் பெண்ணுமை நிலைநிறுத்தப்படும் என்பது அவர்களுடைய உறுதியான கருத்து. அப்பெண்களின் கருத்துகள் கறுப்பினப் பெண்களை மட்டுமல்ல; வெள்ளை இன அமெரிக்கப் பெண்களையும் கவர்ந்தன. ஆடு கிரிம்கெ, சாராகிரிம்கெ (Angelina and Sarah Grimke), லுக்ரீஷயா (Lucretia Mott) ஆகியோர் பெண்ணுரிமை பற்றிச் சிந்தித்துச் செயல்பட்ட

அதே நேரத்தில் கறுப்பின அடிமை முறை ஒழிப்புக் கூட்டங்களிலும் கலந்துகொண்டனர்; கருத்துரைத்தனர்[10] கறுப்பினத்தவர்களின் விடுதலையும் பெண்களின் விடுதலையும் ஏக காலத்தில் அடையப்பட வேண்டும் என்றனர். பெண்ணுடைய விடுதலை, தன்மானம் ஆகியன அவள் தனது குடும்பப் பொறுப்புகளை சரிவர நிறைவேற்றுவதில்தான் அடங்கியிருப்பதாக வழக்காடியவர்களுக்கு ஆஞ்சலினா கிரிம்கெ தக்க பதிலளித்தார்:

> "அரசு, மத நிறுவனங்கள் ஆகியன இயற்றியுள்ள சட்டங்களையும் நெறிமுறைகளையும் மாற்றியமைக்கப் பெண்களுக்கு உரிமையுண்டு. இன்றைய சமூகச் சூழலில் இந்த உரிமை பெண்களுக்கு மறுக்கப்பட்டுள்ளது. பெண்ணுக்கேயுரிய இந்த உரிமை, அவளுடைய இருப்பிலிருந்து பிரிக்க இயலாத இந்தப் புனிதமான உரிமை, அவளிடமிருந்து பறிக்கப்பட்டதன் காரணம் அவளுடைய அதிகாரம் குறைந்து போனதும், அவள் வன்முறைக்கு ஆளாக்கப்பட்டதும்தான்"

அமெரிக்காவில் நடந்த அடிமைமுறை ஒழிப்புப் பிரச்சாரக் கூட்டங்களில் கலந்துகொண்ட அப்பெண்களில் சிலர் 1840–இல் இலண்டனில் நடந்த அடிமை முறை ஒழிப்புக்கான உலக மாநாட்டிலும் கலந்துகொள்ள ஆயத்தமானார்கள். ஆனால் அம்மாநாட்டில் அவர்கள் கலந்துகொள்வதை மாநாட்டுப் பிரதிநிதிகள் விரும்பவில்லை. அடிமைமுறை ஒழிப்புக்கு பெண்கள் ஆதரவு கொடுத்தால் மட்டுமே போதும், அத்தகைய மாநாடுகளில் அவர்கள் பங்கேற்க வேண்டிய அவசியமில்லை என்று அவர்களில் பலர் கூறினர். அதனால் சினமுற்ற அப்பெண்கள் தமக்கென்று ஒரு அமைப்புத் தேவையா யிருப்பதை உணர்ந்தனர்.

அமெரிக்கா திரும்பியதுடன் அப்பெண்கள் தமக்கிடையே இருந்த தொடர்புகளை வலுப்படுத்திக் கொள்ளத் தொடங்கினர். கறுப்பின மக்களின் அடிமைத்தனத்தை எதிர்க்கத் துணிந்த அப்பெண்களுடைய உரிமைப் போராட்டங்களை ஆதரிக்கச்

---

10. கிரிம்கெ சகோதரிகள் கறுப்பின மக்களை அடிமைகளாகப் பயன்படுத்திய பணக்காரக் குடும்பத்தைச் சேர்ந்தவர்கள் என்பது குறிப்பிடத்தக்கது. தமது சொந்தமான தோட்டங்களில் அடிமை முறை நிலவியதை இருவரும் அதைக் கண்டு வெட்கமும் அருவருப்பும் அடைந்தனர்.

சில கறுப்பினத் தலைவர்கள் முன்வந்தனர். அவர்களுடைய ஊக்குவிப்புடன் ஒரு பெண்கள் மாநாட்டுக்கான ஏற்பாடுகள் மேற்கொள்ளப்பட்டன.

இதே காலகட்டத்தில் அமெரிக்கச் சமுதாயத்தின் கணிசமான பகுதியினராக அன்று விளங்கிய பெண் ஆலைத் தொழிலாளர்கள் தங்களுடைய உரிமைகளை நிலைநிறுத்தப் பிரச்சாரமும் போராட்டமும் நடத்திவந்தனர். 'தொழிற்சாலைகளின் குரல்' என்ற பத்திரிகையில் 'தொழிலாளி' என்ற பெயரில் எழுதிய பெண் ஒருவர் திருமண வாழ்வில் பெண் சகித்துக் கொண்டிருக்கும் அடிமைத்தனத்தை கறுப்பின மக்களைத் துன்பத்தில் ஆழ்த்தியிருந்த அடிமைமுறையுடன் ஒப்பிட்டு எழுதினார். "ஆண்கள்தான் எம்முடைய பழக்கவழக்கங்களை, சட்டங்களை, கருத்துகளை உருவாக்குகின்றனர்" என்று வழக்காடிய அவர் மேலும் கூறியதாவது:

> "வீட்டில் குழந்தைகளுடன் இருக்கையில், காலை முதல் மாலை வரை அடுக்களையில் சமையல் செய்து கொண்டிருக்கையில், துணிகளைத் துவைக்கையில் அல்லது ஒரு ஆலையில் நாளுக்கு 14 மணி நேரம் வேலை பார்க்கையில், பெண் அவளுக்கென்று விதிக்கப்பட்டுள்ள உலகத்தில் சஞ்சாரம் செய்வதாகக் கருதப்படுகிறாள். ஆனால் இந்த உலகத்தைக் கடந்து அவள் வெளியே செல்லட்டும் – நீதியான விஷயங்களுக்காக, மானுடத்தின் பொருட்டு, அமெரிக்காவின் தென்மாகாணங்களில் அடிமைத்தனத்தில் ஆழ்த்தப்பட்டுள்ள தனது கறுப்பின சகோதரிகளுக்காக, வடமாகாணங்களின் ஆலைகளில் பணிபுரியும் தோழிகளுக்காக குரல் கொடுக்க அவள் முன்வரட்டும், அப்பெண்களுக்கு அவளுடைய உடலைப் பற்றிய விவரங்களை விளக்கிக் கூறட்டும், உடனே பெரும் ஆரவாரக்குரல் எழுப்பப்படுகிறது : 'பெண் எல்லையை மீறிவிட்டாள் என்று...

அத்தனை புரட்சிகரமாக முழக்கமிட்ட அப்பெண் உறுப்பியம் வகித்த பெண் தொழிலாளர்களின் சங்கமான 'பெண்கள் சீர்திருத்தச் சங்கம்' – அதுவே அமெரிக்கப் பெண் ஆலைத் தொழிலாளர்களின் முதல் தொழிற்சங்கம் – பெண்கள் மாநாட்டுக்கு ஏனோ அழைக்கப்படவில்லை. இத்தனைக்கும் அப்பெண்கள் சங்கமானது பல்வேறு

முற்போக்குப் போராட்டங்களை ஆதரித்துக் குரல் கொடுத்து வந்த அமைப்பாகும். ஆலைகளில் வேலை நேரத்தை 10 மணி நேரமாகக் குறைக்கவும், தொழிலாளிகளுக்கிடையே இருந்த குடிப்பழக்கத்தை எதிர்த்தும், மரண தண்டனையை ஒழிக்கக் கோரியும், கறுப்பின மக்கள் அடிமைகளாக நடத்தப்படுவதை எதிர்த்தும் அப்பெண்கள் பிரச்சாரம் செய்து வந்தனர். தாம் அழைக்கப்படாவிட்டாலும், பெண்கள் மாநாட்டை வாழ்த்தித் தங்கள் பத்திரிகைகளில் அப் பெண்கள் எழுதினர்.

'பெண்கள் மாநாடு 1848–இல் செனக்கா ஃபால்ஸ் (Seneca Falls) என்ற இடத்தில் நடைபெற்றது. அதில் கறுப்பின ஆண்களும், பெண்களும் முற்போக்குச் சிந்தனையுடைய வெள்ளை இன ஆண்களும் கலந்து கொண்டனர். மாநாட்டில் 'பெண்களின் உணர்வு 'களை உள்ளடக்கிய பிரகடனம் (Declaration of Sentiments) ஒன்று படிக்கப்பட்டது. பெண்களை இழிவாக நடத்துவது, அவர்களைச் சமமாக்க கருதாது அலட்சியப்படுத்துவது என்பன போன்ற செயல்கள் இயற்கைக்கு முரணானவை, கடவுளின் சித்தத்திற்கு மாறானவை, பகுத்தறிவுக்கு ஒவ்வாதவை என்று முழங்கிய அப்பிரகடனம் குறிப்பிட்ட சில கசப்பான உண்மைகளையும் சுட்டிக்காட்டியது:

> "பெண்களுக்கு வாக்குரிமை வழங்காததுடன் அவ்வுரிமையை அவள் செயல்படுத்துவதை ஆண்கள் அனுமதிப்பதில்லை.
>
> அவளுடைய கருத்துகள் இடம் பெறாத சட்டங்களுக்கு ஆண்கள் அவளைப் பணிய வைத்துள்ளனர்.
>
> அவளுக்கு திருமணம் ஆகிவிட்டால் சட்டத்தின் கண்களில் அவளுக்கென்று உரிமைகள் ஏதும் கிடையாது. குடிமையுரிமைகளைப் பொருத்தவரையில், அவள் வெறும் சடலம்தான், உயிருள்ள பிறவியல்ல. அவளிடமிருந்து, அவள் ஈட்டும் தொகை உட்பட அனைத்துச் சொத்துகளையும் அனுபவிக்கும் உரிமையை ஆண் பறித்துக் கொண்டு விட்டான்.
>
> அந்த ஆண் அவளை நல்லது என்ன, கெட்டது என்ன என்று தெரியாத அளவுக்கு அறவியல் நோக்கைப் பெற்றிராத ஒருத்தியாக ஆக்கிவிட்டான். அவள்

தனது கணவனின் முன்னிலையில் எந்தக் குற்றம் வேண்டுமானாலும் புரியலாம்.

திருமணம் என்ற பிணைப்பைப் பொறுத்தவரை கணவனுக்கு அடிபணிந்து போவதாக அவள் சத்தியம் செய்துகொடுக்கக் கட்டாயப்படுத்தப்பட்டுள்ளாள். அவளுடைய விடுதலையை அவளிடமிருந்து பறித்துக் கொள்ளவும், அவளுக்குத் தண்டனை வழங்கவும் சட்டம் அவனுக்கு இடமளித்துள்ளது. விவாகரத்து என்று வரும்போது அதற்கான காரணங்கள் கணவனும் மனைவியும் பிரிய நேர்ந்தால், குழந்தைகள் யாருடைய பாதுகாப்புக்கு ஒப்படைக்கப்பட வேண்டும் என்பன போன்ற முடிவுகள் பெண்களின் மகிழ்ச்சியை கருத்தில் கொண்டு வகுக்கப்படுவதில்லை...”

இவ்வாறு பெண்கள் சந்திக்கும் இடையூறுகளை வரிசையாகப் பட்டியலிட்டுக் காட்டிய அப்பிரகடனம், பெண்களுக்கு அனைத்துக் குடிமையுரிமைகளும் வழங்கப்பட வேண்டும் என்பதைத் தனது முக்கியக் கோரிக்கையாக முன்வைத்தது. அக்கோரிக்கை நிறைவேற பெண்கள் தங்களுடைய ஆற்றல்கள் அனைத்தையும் அர்ப்பணிக்க வேண்டும் என்று கேட்டுக் கொண்டது.

மூன்றாண்டுகள் கழித்து மற்றொரு பெண்கள் மாநாடு அக்ரான் (Akron) என்ற இடத்தில் 1851–இல் நடந்தது.[11]

அம்மாநாட்டில் கலந்து கொண்ட ஆண்கள் சிலரின் கேலிப் பேச்சையும், நையாண்டித்தனத்தையும் எவ்வாறு எதிர்கொள்வது என்று பெண்கள் திணறிக் கொண்டிருக்கையில் 6 அடி உயரமும், கம்பீரமான தோற்றமும் உடைய ஒரு வயோதிகக் கறுப்பினப் பெண்மணி எழுந்து நின்று கணீரென்ற குரலில் பேசினார். ஆப்பிரிக்க இன மக்களுக்கே உரித்தான இயல்பு மொழியில் அவர் பேசியவை ஆண்களின் வாயை அடைத்தது:

“...தெற்கு மாகாண நீக்ரோக்களும் வடமாகாணங்களைச் சேர்ந்த பெண்களும் தமது உரிமைகளைப் பற்றிப் பேசத் தொடங்கிவிட்டார்கள். இனி வெள்ளைக்கார ஆண்களுக்குத் திண்டாட்டம்தான்.

---

11. இந்த மாநாட்டை ஷீலா ரௌபாத்தத்தின் கற்பனைக் கடிதம் குறிப்பிடுகிறது.

...அதோ அங்கு உட்கார்ந்திருக்கிறாரே, அவர் கூறினார்: 'கோச்சு வண்டிகளில் ஏறக்கூட பெண்களுக்கு எங்கள் தயவு தேவை; குண்டு குழிகளைத் தாண்டிச் செல்லும் போது எங்கள் கைகளைப் பற்றிக் கொள்கிறார்கள். எங்கு சென்றாலும் மிக வசதியான இடத்தில் உட்காரவே பெண்கள் விரும்புவார்கள். நாங்களும் விட்டுக்கொடுப்போம்...'

..... (ஆனால்) என்னை எந்த ஆணும் எந்த வண்டியிலும் ஏற்றி விட்டது கிடையாது; எந்தக் குட்டையைத் தாண்டும் போதும் யார் கையையும் நான் பற்றியது கிடையாது; எனக்காக யாரும் எந்த வசதியான இருக்கையை விட்டுக்கொடுத்தது கிடையாது... இதனால் என்ன, நான் பெண் இல்லை என்றாகிவிடுமா?

... என்னைப் பாருங்கள், எனது வலக்கையைப் பாருங்கள். நான் உழுதிருக்கிறேன். நாற்று நட்டிருக்கிறேன், அறுவடை செய்திருக்கிறேன். என்னை எவனும் அதட்ட முடியாது, மிரட்ட முடியாது. இதனால் என்ன, நான் பெண் இல்லை என்றாகி விடுமா?

ஆண்களைப் போல் நானும் உழைக்கிறேன், உணவு கிடைக்கும்போது வயிறாரச் சாப்பிடுகிறேன். அவர்களைப் போல் நானும் சாட்டையடிகள் வாங்கியுள்ளேன். இதனால் என்ன, நான் பெண் இல்லை என்றாகி விடுமா?

13 பிள்ளைகளைப் பெற்றேன். அவற்றில் பல அடிமைகளாக விற்கப்பட்டதைப் பார்த்தும் உயிர் வாழ்கிறேன். எனக்கு வாய்த்த விதியை நினைத்தும், என்னைப் பெற்றவள் அனுபவித்த துன்பத்தை எண்ணியும் கண்ணீர்விட்டு அழுதிருக்கிறேன. ஆதரவாக ஒரு சொல் கூற எனக்கு யாரும் இருந்ததில்லை – எனது ஏசு பிரானைத்தவிர, இதனால் என்ன, நான் பெண் இல்லை என்றாகி விடுமா?

இவ்வாறு முழங்கிய அந்தப் பெண்ணின் பெயர் **சொஜோர்னா ட்ரூத்** (Sojourner Truth). கிறித்துவ மதத் தலைவர்களையும் அவர் விட்டுவைக்கவில்லை. 'ஆண்களுக்குரிய உரிமைகளைப் பெற பெண்களுக்குத் தகுதி கிடையாது, ஏனெனில் கடவுளே, அதாவது ஏசுவே ஆண் இனத்தைச் சேர்ந்தவர்தான்' என்று வழக்காடிய ஒரு பாதிரிக்கு அவர் தக்க பதிலளித்தார்:

"உன்னுடைய ஏசுநாதர் எங்கிருந்து உதித்தார்? ஒரு பெண்ணிடமிருந்தும், கடவுளிடமிருந்தும்தான். ஆணுக்கும் ஏசுவுக்கும் எந்தவொரு சம்பந்தமும் கிடையாது'.

சொஜோர்னர் ட்ரூத் போன்ற பெண்கள் கறுப்பின மக்களின் ஒட்டுமொத்தமான சமுதாய, அரசியல் விடுதலைக்கும் போராடினார்கள். பெண்ணுரிமைக்காகவும் குரல்கொடுத்தனர். பெண்ணுரிமைக்கு மட்டும் முன்னுரிமை வழங்கிய நடுத்தர வகுப்பைச் சேர்ந்த வெள்ளை இனப் பெண்களும் சரி, பெண்ணுரிமை விஷயத்தில் போதிய அக்கறை காட்டத் தவறிய கறுப்பின ஆண்களும் சரி, இருசாராருமே அவரைப் போன்ற பெண்களைச் சரிவரப் புரிந்து கொள்ளவில்லை. ஆனால், அவரைப் போன்றவர்களின் பங்கேற்பும், சிந்தனையும், செயல்பாடும்தான் அமெரிக்கப் பெண்ணிய மரபின் எல்லைகளை விரிவடையச் செய்தன. பெண்கள் சந்திக்கும் சமூக, அரசியல் இடையூறுகள், ஆணாதிக்கம் உண்டாக்கும் ஆழமான உளவியல் பாதிப்புகள் முதலியவற்றைப் பற்றி, மிக ஆழமான பார்வையை அமெரிக்கப் பெண்ணிய மரபு முன்வைத்தது.

அன்னெத் தெவ்ரு வாழ்ந்த வரலாற்றுச் சூழலில் பெண்ணியச் சிந்தனைகளும் செயல்பாடுகளும் பரவலாக இருந்தன என்பது மேற்கூறப்பட்டுள்ள செய்திகளிலிருந்து நன்கு தெரிய வருகிறது. பெண்களின் வாழ்வு, உரிமைகள், அவர்கள் கோரிய சமூக மாற்றங்கள் ஆகியனவற்றைப் பற்றி 'கம்யூனிஸ்ட் கட்சி அறிக்கை' ஏன் போதியளவுக்குக் குறிப்பிடவில்லை என்ற அவருடைய ஆதங்கத்தின் நியாயம், அடிப்படை நமக்கு நன்றாகவே புரிகிறது. இத்தனைக்கும் தான் *1844*–இல் எழுதிய 'பொருளாதார, தத்துவ கையெழுத்துப் படிகளில் (Economic and Philosophical Manuscripts, 1844) அந்நியமாக்கப்பட்ட உழைப்பின் காரணமாக மனிதர்களுக்கும் இயற்கைக்கும் இருந்த செயலூக்கமிக்க உறவானது மாறியமைந்திருந்ததைப் போல், ஆண்களுக்கும் பெண்களுக்கும் இடையே இருந்த உணர்வு பூர்வமான பந்தங்கள் உறைந்துபோயிருந்ததைப் பற்றித் தெளிவாக மார்க்ஸ் விளக்கியிருந்தார். மனிதன், இயற்கையை வெறும் பயன்பாட்டுப் பொருளாகக் கண்ட நாள்தொட்டு, பெண்களையும் தனது நுகர்வுக்கும் இன்பத்துக்கும் தேவையான பொருளாகவே பார்க்கத் தொடங்கியதை அவர் சுட்டிக்காட்டி யிருந்தார்.[12]

---

12. Economic and Philosophical Manuscripts 1844, Foreign Languages Publishing House

எனவே பெண்களுடைய மிக மோசமான நிலைக்கான காரணங்களைப் பற்றி அவர் சிந்திக்கவே இல்லை என்று கருத முடியாது. அவர் 19-ஆம் நூற்றாண்டின் முற்பகுதியில் தோன்றி யிருந்த பெண்ணியச் சிந்தனை மரபை தனது வாதங்களுக்குப் பயன்படுத்தாதற்கான காரணங்களை நாம் நன்றாக ஆய்ந்தறிய வேண்டும். ஆனால் ஒன்றை இங்கு நாம் உறுதியாகக் கூறலாம்.

பொருளாதார உற்பத்தி, அதன் சமூக விளைவுகள், குறிப்பிட்ட உற்பத்திமுறை சாத்தியப்படுத்தும் உற்பத்தி உறவுகள் ஆகியன மார்க்சிய - சோசலிச மரபின் வழி சிந்தித்துச் செயல்பட்டுள்ளவர்கள் நிறையவே எழுதியுள்ளனர். உற்பத்தி உறவுகளை நிலைநிறுத்தி நியாயப்படுத்தும் கருத்தியல்கள், பண்பாட்டு வடிவங்கள், பழக்க வழக்கங்கள் ஆகியன பற்றியும் மார்க்சியத் தரப்பிலிருந்து நிறைய எழுதப்பட்டுள்ளன. ஆனால் உற்பத்தி முறை, உறவுகள் ஆகியவற்றுக்கும், உற்பத்தி தொடர்ந்து மேற்கொள்ளப்படும் வகையில் உழைப்பாளிகளை ஈன்றெடுத்தும், அவர்களை சமூக வாழ்வுக்கும் உற்பத்தி முறையில் அவர்களுக்கு ஒதுக்கப்பட்டுள்ள தகுதிகளுக்கும் பணிகளுக்கும் ஆயத்தப்படுத்தும் மறு உற்பத்திக்கும் உள்ள உறவு பற்றியும் அம் மறு உற்பத்தியின் செயல்பாடுகள், அவற்றைத் தீர்மானித்து நியாயப்படுத்தும் கருத்தியல்கள், சமூக அறநெறிகள் ஆகியன பற்றியும் நூல்கள் அதிகமாக இயற்றப்படவுமில்லை, சோசலிசச் செயல்பாடுகளில் இவை குறித்த விவாதங்களும் நடவடிக்கைகளும் பெரியளவுக்கு இடம் பெறவுமில்லை. குழந்தை வளர்ப்பு, காதல், ஆண் - பெண் உறவு, பாலியலின் (sexuality) நுணுக்கங்கள், உணர்ச்சிகள், உளவியல் பாங்குகள் - இவை குறித்து வில்ஹெல்ம் ரைஹ் (Wilheilm Reich) என்பாரும் மாக்ஸ் ஹோர்க்ஹைமர் (Max Horkheimer), தியோடர் அடோர்னோ (Theaoor Adorno) போன்ற பிராங்க்ஃபர்ட் மார்க்சியச் சிந்தனையாளர்களும் ஓரளவுக்கு எழுதியுள்ளனர். ஆனால் இத்தகைய விஷயங்கள் சோசலிச, கம்யூனிஸ்ட் கட்சிகளாலும், தலைவர்களாலும் நிராகரிக்கப்பட்டன அல்லது அலட்சியப்படுத்தப்பட்டன.

குழந்தைக் காப்பகங்களை அமைத்தல், பெண்களுக்கு சம ஊதியம் வழங்குதல் குறித்த முன்னாள் சோசலிச நாடுகளில் பல்வேறு முயற்சிகள் மேற்கொள்ளப்பட்டன. ஆனால் மனிதவுறவுகள், குழந்தை வளர்ப்பு, கூடி வாழ்தல் ஆகியன குறித்து,

ஏங்கல்ஸ் தவிர வேறு எந்த சோசலிஸ்டும் திட்டவட்டமாக, கோட்பாட்டு ரீதியாகச் சிந்தித்ததாகத் தெரியவில்லை. கிளாரா ஜெட்கின் (Clara Zetkin), அலெக்சண்டரா கொலன்தாய் (Alexandra Kollantai) ஆகியோரின் பெண்ணியக் கருத்துகள் இதற்கு விதிவிலக்கு. மறுஉற்பத்தி என்பதற்கும் உற்பத்தி என்பதற்கும் நெருங்கிய உறவு இருப்பதை உணர்ந்து உற்பத்தி முறையை மாற்றி அமைக்கும் முயற்சிகள் மறுஉற்பத்தி முறைகளையும் மாற்றியமைக்க முயல வேண்டும் என்ற தெளிவான புரிதல் சோசலிசத்தின் முன்னோடிகளான சேன்–சிமோன், ஃபூரியெ ஆகியோரிடம் இருந்தது. இந்தப் புரிதலைத்தான் அன்னெத் தெவ்ரு மார்க்சுக்கு எழுதிய கடிதத்தில் வெளிப்படுத்துகிறார். மார்க்ஸைக் குறைகூறுவது அல்ல அவரது முதன்மை நோக்கம்; மாறாக, சோசலிச மரபின் பரந்த எல்லைகளையும் அக்கறைகளையும் அடையாளங் காண்பதுதான்.

எத்தகைய பெண்ணியச் சிந்தனை மரபை அன்னெத் தெவ்ரு உயர்த்திப் பிடிக்கிறார்? தனி மனிதவுரிமைகளை முக்கியமானதாகக் கருதிய அமெரிக்கப் பெண்ணியச் சிந்தனையை அவர் விமர்சிக்கிறார். ‘பெண்மையை’ மையப்படுத்தி பெண் விடுதலை கோரும் விநோதமான, உள்ளார்ந்த முரண்பாடுகளைக் கொண்டிருந்த கருத்துகளை அவர் கறாராக மதிப்பீடு செய்கிறார். உற்பத்திக்கும் மறு உற்பத்திக்கும், உழைப்புக்கும் உணர்வுக்கும், செல்வத்துக்கும் சமத்துவத்துக்கும் இணைப்புப் பாலங்களை அமைத்து கூட்டுறவு என்ற செறிவான கோட்பாட்டுக் கருத்தாக்கத்தை உருவாக்கிய சோசலிச மரபு கம்யூனிசத்துக்கு வளம் சேர்ப்பதாக அவர் காண்கிறார்.

கூட்டு வாழ்வுக் குழாம்கள் முதலாளியத்திற்கு சரி நிகரான சவாலாக, மாற்றீடாக இருந்திருக்க முடியுமா என்பது கேள்விக்குரியது. முதலாளியத்தின் வளர்ச்சிப் போக்கு, இதுபோன்ற கற்பனாவாதத் தேர்வுகளை மேற்கொள்ள இயலாதபடி செய்ததோடு, இவ்வாறு சிந்தித்துப் பார்ப்பதற்கான சாத்தியப்பாடுகளைக்கூட சுருக்கிவிட்டது. எனவேதான் மார்க்சும், ஏங்கல்சும், சேன்–சிமோன், ஃபூரியெ, ஓவன் ஆகியோரின் முக்கியத்துவத்தை அங்கீகரித்த அதே நேரத்தில், அவர்கள் முன்வைத்த தீர்வுகளை காலவழக்கொழிந்து விட்டவையாகக் கருதினார்கள். ஆனால் ஷீலா ரௌபாத்தமின் புனைவுக் கடிதம் அந்த கற்பனைவாத சோசலிசத்தில்

காணப்படும் உயிரோட்டமுள்ள சிந்தனை இழைகளைப் பிரித்தெடுத்து வரலாற்றின் இயக்கம், பொருள் பற்றிய வேறுபட்ட சித்திரத்தைத் தீட்டியுள்ளது.

இப்புனைவுக் கடிதத்தை பெண்ணிய நோக்கிலிருந்து எழுதப்பட்ட ஒரு சிறு வரலாற்றுக் குறிப்பாக நாம் காண்பதே பொருத்தமானது. பெண்ணிய வரலாற்றுப் பார்வை என்பது ஆணாதிக்க நிலைப்பாட்டிலிருந்து ஆண் நோக்கின் வழியாக கூறப்படும், வெளியிடப்படும் கருத்துகளில் உள்ள குறைபாடுகளை அகற்றி அவற்றை முழுமைப்படுத்துவதுமல்ல. விட்டுப்போன செய்திகளைச் சேர்த்து வரலாற்று விளக்கங்களில் காணப்படும் ஓட்டைகளை இட்டு நிரப்புவது மட்டும் அதன் பணியல்ல. பாலின வேறுபாடு (Gender Difference) என்பது ஒவ்வொரு காலகட்டத்திலும் எவ்வாறு, எவற்றினூடாக, எத்தகைய அமைப்புகளின் அம்சமாக வெளிப்பாடு காண்கிறது என்பதை இனங்கண்டு, முற்றிலும் வேறுபட்ட வரலாற்று விளக்கத்தையும் அழுத்தத்தையும் வழங்குவதே அதன் குறிக்கோளாகும். 'கம்யூனிஸ்ட் கட்சி அறிக்கை' பற்றிய ஷீலா ரௌபாத்தத்தின் மதிப்பீடு, கொந்தளிப்பான காலகட்டங்களில் பாலின வேறுபாடுகள் மாற்றம் கண்டிருந்த விவரங்களை எடுத்துக்கூறி, அவ்வேறுபாடுகளைக் கருத்தில் கொள்ளாத அரசியல் பிரகடனங்களும் வரலாற்று விளக்கங்களும் வரம்புக்குட்பட்டவையாக, நிறைவு பெறாதவையாகவே இருக்கும் என்பதை மென்மையாகச் சுட்டிக்காட்டுகிறது.

சென்னை   **வ. கீதா. எஸ்.வி. ராஜதுரை**
28.2.99

அறிமுகத்துக்கான துணை நூல்களும் கட்டுரைகளும்

Alexander, Sally   Becoming a Woman and Other Essays in 19th and 20th Century Feminist History, Virago, London, 1994.

Bolt, Christine   The Woman's Movement in the United States and Britain from the 1790's to the 1920's, Harvester Wheatsheaf, London, 1994.

Hobsbawn, Eric   The age of Revolution, 1789 & 1848, Mentor New York, 1962.

Rowbotham, Sheila   Women in Movement & Feminism and Social Action, Routedge, London, 1982.

Spender, Dale (ed)   Feminist Theorists : Three Centuries of Women's Intellectudal Traditions, The Women's Press London, 1983.

Women of Ideas and What Men Have Done to Them, Ark Books, Sydney, 1982.

Marx, Karl   Economic and Philosophical Manuscripts 1844, Foreign Language Publishing House, Moscow, 1961.

இருத்தலின் ஒவ்வொரு நொடியும்
வாழ்க்கையின் ஒவ்வொரு பொழுதும்
போராட்டமாய்த் திகழும் பெங்களூர் தோழர்
லலிதாவுக்கு..

வ.கீதா, எஸ்.வி. ராஜதுரை

அன்புள்ள டாக்டர் மார்க்ஸ்
ஒரு சோசலிசப் பெண்ணிலையாளரின் கடிதம்

12, ஜான் தெரு
டொரோன்டோ, கனடா.
டிசம்பர் 29, 1851.

அன்புள்ள டாக்டர் மார்க்ஸ்[1]

காலப்போக்கில் நான் மிகவும் பின்தங்கிவிட்டேனோ என்று எனக்கு அச்சமேற்படுகிறது. என்றாலும் இதற்குக் காரணம் புரட்சி, புலப்பெயர்வு, விஸ்கோன்ஸிலுள்ள கூட்டு வாழ்வுக்குழாம் (Phalanx), நான் செய்து கொண்டிருக்கும் சலவைத்தொழில், அமெரிக்கப் பெண்கள் உரிமைகள் மாநாடொன்று, இரண்டு சின்னக் குழந்தைகள் ஆகியனவாகும். இந்த அமர்க்களத்தில் தத்துவம் என்னவோ பறந்தோடிப் போய்விட்டது. அதனால் இப்போதுதான் எழுச்சியூட்டக் கூடிய உங்களுடைய அறிக்கையைப் படித்து முடித்துள்ளேன். மிக

---

1. இக்கற்பனைக் கடிதத்தை எழுதிய அன்னெத் தெவரு (Annette Devereaux), அவரது கணவர் எனக் குறிப்பிடப்படும் விக்டர் (சாசன இயக்கத்தைச் சேர்ந்த அச்சுக் கோப்பவர்), திருவாளர் மற்றும் திருமதி துக்ரோக் (M and Mme Ducroque) ஆகியோர் அனைவரும் கற்பனைப் பாத்திரங்களே. ஆயினும் இக்கடிதத்தில் குறிப்பிடப்படும் மற்றவர்கள் அனைவரும் உண்மையான வரலாற்றுப் பாத்திரங்களாவர். அவர்களைப் பற்றிய குறிப்புகள் இக்கடிதத்தில் அவர்கள் இடம் பெற்றுள்ள வரிசைப்படி இக்கடிதத்தின் இறுதியில் தரப்பட்டுள்ளன. இக்கடிதத்தில் முன்வைக்கப்படும் தருக்கங்கள், கோரிக்கைகள், விளக்கப்படும் அரசியல் நிகழ்ச்சிகள், குறிப்பிடப்படும் சஞ்சிகைகள், அமெரிக்காவின் விஸ்கோன்சின் மாகாணத்திலிருந்த ஃபூரியெவிய கூட்டு வாழ்வுக் குழாம் (Fourierist Phalanx) ஆகிய அனைத்தும் மெய்யான வரலாற்றை அடிப்படையாகக் கொண்டவையாகும்.

(கூட்டுவாழ்வுக் குழாம், ஃபூரியெவின் கருத்துக்கள் ஆகியன பற்றிய விளக்கங்களுக்கு நூலின் விளக்கக் குறிப்புகள் - I காண்க.)

விநோதமான சூழ்நிலைமைகளில்தான் நான் அதைக் கண்டறிய நேர்ந்தது. என் கதையை நீங்கள் கேட்கும் போதுதான், உங்களுக்கே விளங்கும் அந்த 'பீதியூட்டும் குட்டிச்சாத்தான்'[2] மிக அசாதாரணமான முறையில் என்னை வந்தடைந்தது என்று.

1848–இல் நான் பாரிஸ் நகரத் தெருக்களில் எழுப்பப்பட்டிருந்த குரல், தடைச் சுவர்களுக்கும் (barricades) 'பெண்களின் குரல்' (Voix des Femmes) பத்திரிகை அலுவலகத்திற்கும் பெண்கள் சங்கங்களுக்குமிடையில் ஓடியலைந்து கொண்டிராமல் இருந்திருந்தால் உங்கள் எழுத்துகளையும் ஏங்கல்ஸ் அவர்களது எழுத்துகளையும் அன்றே படித்திருப்பேன். ஜூன் நாட்களின் பயங்கரத்திற்குப்[3] பிறகு எங்களது கூட்டுவாழ்வு இல்லத்திலும் (Associated House) குழந்தைகள் காப்பகத்திலும் கடுமையாக உழைத்துக் கொண்டிருந்தேன். எனவே நாங்கள் அவ்வப்போது நடத்திக் கொண்டிருந்த பெண்கள் பத்திரிகைகளைத் தவிர வேறு எதையும் நான் படிக்கவில்லை. *1850*–ஆம் ஆண்டு மே மாதம் இறுதியில் திருமதி தெர்வான் (Mme Deroin) அவர்களது வீட்டில் போலீசார் சோதனை போட நுழைந்ததால் நான் பிரான்சிலிருந்து தப்பியோட வேண்டியிருந்தது. அந்தச் சூழ்நிலைகளைப் பற்றி நீங்கள் ஒரு வேளை தெரிந்திருக்கக்கூடும். சங்கங்களின் கூட்டமைப்பில் (federation of associations) செயல்பட்டு வந்தமைக்காக திருமதி தெர்வான், போலின் ரோலான் (Pauline Roland), ஃபாம் நிக்கோ (Femme Nicaud) ஆகியோர் மீது வழக்குத் தொடரப்பட்டு அவர்கள் சிறைவைக்கப்பட்டனர். எனது கணவர் விக்டர் அமெரிக்காவிலுள்ள கூட்டுவாழ்வுச் சங்கத்தினருடன்

---

2. 'சிகப்புக் குடியரசுவாதி' என்ற ஏட்டின் நவம்பர் 9, 1850-ஆம் நாளிட்ட இதழிலிருந்து தொடர்ச்சியாக வெளியிடப்பட்ட 'கம்யூனிஸ்ட் கட்சி அறிக்கை'யின் சுருக்கமான வடிவத்தை ஆங்கிலத்தில் மொழியாக்கம் செய்த ஹெல் மக்ஃபர்லேன், 'பூதம்' (Specter) என்ற சொல்லை, 'பீதியூட்டும் குட்டிச் சாத்தான்' (Frightful hobgobin) என்று மொழியாக்கம் செய்திருந்தார். அவரால் மொழியாக்கம் செய்யப்பட்ட அறிக்கை ஜான் சவியெ (John Saville)வின் முன்னுரையுடன் 1966-ஆம் ஆண்டில் இலண்டனிலுள்ள மெர்லின் பிரஸ் வெளியிட்டது. 'பீதியூட்டும் குட்டிச்சாத்தான்' என்ற சொற்றொடர் 161-ஆம் பக்கத்தில் இடம் பெற்றுள்ளது. கார்ல் மார்க்ஸ், ஃபிரெடரிக் ஏங்கல்ஸ் ஆகியோரின் கூற்றுகள் என இக்கடிதத்தில் குறிப்பிடப்படுபவை யாவும் 1986-ஆம் ஆண்டு இலண்டனிலுள்ள லாரன்ஸ் அண்டு விஷார்ட் பதிப்பகத்தார் (Lawrence and Wishar, 4 Qoof Gel The Manifesto of the Communist Partyulla யில் இடம் பெறுபவையாகும்.

3. ஜூன் நாட்களில் பயங்கரம்: 1848-ஆம் ஆண்டு ஜூன் மாதத்தில் பிரான்சில் புரட்சியாளர் மீது நடந்த ஒடுக்குமுறைகள், விளக்கக் குறிப்புகள் - I, II - காண்க.

(Associationists), பல்லாண்டுகளாகக் கடிதத் தொடர்பு கொண்டிருந்தார். அதனால்தான் நான் விஸ்கோன்ஸினுக்கு வந்து சேர்ந்தேன்.

நாங்கள் வந்து சேர்ந்த அதே சமயத்தில்தான் விஸ்கோன்ஸின் கூட்டு வாழ்வுக் குழாம் சண்டை சச்சரவுகளில் மூழ்கி, சிதறுபடும் நிலையில் இருந்தது. அமெரிக்காவின் கிழக்குப் பகுதிகளிலுள்ள கூட்டுவாழ்வுக் குழாம்கள் போலல்லாது எங்களது விஸ்கோன்ஸின் கூட்டு வாழ்வில்லத்தில் வாழ்ந்து வந்தவர்கள் (Phalantsterians) பல வெற்றிகளைக் கண்டிருந்தனர் என்ற தகவல் உங்களுக்கு சுவாரசியமாயிருக்கக்கூடும். கற்பனா உலகங்கள் (Utopias) பல வண்ணங்களிலும் வடிவங்களிலும் உருவாகலாம் அல்லவா? எங்களது விஸ்கோன்ஸின் கூட்டு வாழ்வுக் குழாமினருக்கு விவசாயம் தெரிந்திருந்தது. சந்தையில் விற்கக்கூடிய அளவிற்கு எங்களிடம் உபரியும் இருந்தது.

என்றாலும், மனந்திறந்து சொல்வதென்றால், நாங்கள் அமெரிக்காவின் கிழக்குப் பகுதியில் இதைவிட மகிழ்ச்சியாக இருந்திருக்கக்கூடும் என்று கருதுகிறேன். ஏனெனில் விவசாயிகளைப் பொறுத்தவரையில் நாங்கள் எப்பொழுதுமே அந்நியர்கள்தான். நானும் விக்டரும் அருகாமையிலிருந்த ஏரிக்கரையோரம் வளர்ந்திருந்த நாணல்களிடையே நடந்து செல்வதுண்டு. அப்பொழுதெல்லாம் சேன்ஷெர்மேனின் (Saint Germain)[4] கற்கள் பாவிய தெருக்களிலே நடந்து செல்வது போன்ற உணர்வு மேலிடும். உணர்ச்சிகளின் நல்லிணக்கம்,[5] உடல் நலம் ஆகியவற்றுக்கு கிராமப்புறக் காற்று இன்றியமையாதது என்று திருவாளர் ஃபூரியெ என்னதான் சொன்னாலும், பாரிஸ் நகரவாசிகளுக்கு இயற்கையைப் பற்றித் தெரிந்து கொள்ள வாய்ப்பேயில்லை. பொதுவாகச் சொல்வதென்றால், இயற்கைக்குள் வாழ்வதைவிட அவ்வப்பொழுது அதனிடம் சென்று வருவதுதான் எனக்குப் பிடிக்கும்.

விஸ்கோன்சினில் விக்டர் தன்னுடைய தொழிலை செய்து வந்தார். அவர் செய்த சுருட்டுகளை மாலை நேரங்களில் பலரும் ரசித்துப் புகைப்பர். ஆனால் பேச்சு என்னவோ, பெரும்பாலும் விவசாயத்தைப் பற்றியதாகவே இருக்கும்.

4. சேன் ஷெர்மேன்: பாரிஸ் நகரத்திலுள்ள ஒரு பகுதி

5. நூலிலுள்ள விளக்கக் குறிப்புகள் II காண்க.

எனக்கோ பெண்களுடன் பல மணிநேரங்கள் துணி வெளுக்கும் இடத்தில் இருக்க வேண்டிய நிர்ப்பந்தம். அவர்களோ வீட்டு விஷயங்களை மட்டுமே பேசுவர். மனநிறைவு தரக்கூடிய பணிகளைச் செய்வதற்கான எனது முயற்சிகள் எதுவும் பலிக்கவில்லை. பள்ளியில் போதிக்கும் அளவுக்கு எனது ஆங்கிலம் சரளமாக இல்லை என்று எனது அமெரிக்க நண்பர்கள் கருதினர். ஆங்கிலத்தைத் தாய்மொழியாகக் கொள்ளாதவர்கள் தாழ்வாகக் கருதப்படுவதை நான் கண்டேன். இது எனக்கு எரிச்சலூட்டுகிறது. பள்ளிக்கூடத்தை என்னால் வெகுவாக மேம்படுத்தியிருக்க முடியும் என்பது எனக்குத் தெரியும். பள்ளிக் குழந்தைகள் பெரும்பாலும் மனனம் செய்தே பயின்று வந்தார்கள். கூட்டுவாழ்வு இயக்கத்தினர் மிகவும் போற்றிய உணர்ச்சி சார்ந்த திறன்கள் அங்கு முற்றாகப் புறக்கணிக்கப்பட்டன. இசை, நடனம், ஓவியம் ஆகியவை கற்றுத் தரப்பட வேண்டும் என்ற எனது வேண்டுதல்களுக்கு யாரும் செவிமடுக்கவில்லை. அங்கு ஒருவிதமான ஜனநாயகம் இருக்கத்தான் செய்தது. ஆனால் அந்தக் குழாமில் பங்குதாரராக இல்லாதவரின் குரல் எடுபடாது.

நான் எதையெல்லாமோ பேசி, விஸ்கோன்சினுக்கு உங்களுடைய அறிக்கை வந்து சேர்ந்த வினோதமான, சுவாரசியமான முறையைப் பற்றிச் சொல்லாமல் எங்கெல்லாமோ போய்விட்டேன். விஸ்கோன்சின் கூட்டுவாழ்வுக் குழாமின் வெற்றியின் விளைவுகளிலொன்று பெண்களுக்கு அத்தனை உற்சாகமூட்டவில்லை. எங்களுடைய வளமை ஏராளமான விருந்தாளிகளை எங்கள்பால் அடுத்தடுத்து ஈர்த்தது. அதன் விளைவு என்னவோ துவைப்பதற்கான துணிகள் கூடியதுதான். எங்களைக் குற்றஞ்சொல்வதற்கு முன் ஒரு எட்டு மணிநேரம் வெள்ளாவிப் பக்கம் நீங்கள் இருந்து பாருங்கள். கூடைகூடையாகக் குவியும் அழுக்குத் துணிகளைப் பார்க்கும்போது அவற்றை அணிபவர்களை வரவேற்க யாருக்கு விருப்பம் இருக்கும்? என்னைப் பொறுத்தவரையில் தத்துவ, இலக்கிய ஆர்வமுடைய விருந்தாளிகளுக்கு ஓரளவு கரிசனம் காட்டத் தயாராக இருந்தேன். அவர்கள் வெளியுலகத்தைப் பற்றிச் செய்திகளைக் கொண்டு வருபவர்கள் என்பதற்காக. ஆனால் அத்தகைய விஷயங்களை விவாதிப்பவர்களோ அவ்வளவு தூரம் அமெரிக்காவின் மேற்குப் பகுதிகளுக்கு பயணம் செய்து வரமாட்டார்கள். எங்களுக்குக் கிடைத்தவர்கள்

எல்லாம் பொருளாதார நிபுணர்கள்தான். அவர்களது வருகையால் எங்களுக்கு ஏற்பட்ட கூடுதலான வேலைப்பளுவை ஈடுகட்டக்கூடிய பேச்சு அவர்களிடத்தில் இல்லை. அவர்கள் பேச்சு சுவையற்றதாகவே இருந்தது.

இதுவரை நான் சொன்னதிலிருந்து உங்களுக்குப் புரிந்திருக்கும் – நான் என்ன சொல்ல வருகிறேன் என்று. உங்களுடைய அறிக்கை நீரில் மூழ்கிவிடாதபடி காப்பாற்றியுள்ளேன் என்பதைப் பெருமிதத்துடன் அறிவிக்கிறேன். வெளுக்கப் போட்டிருந்த ஒரு சட்டையின் பையில் அது இருந்தது – இலண்டனிலிருந்து வந்த சேர்ந்த 'சிவப்புக் குடியரசுவாதி' (Red Republication) பத்திரிகையில் வெளியாகியிருந்த உங்கள் அறிக்கைதான் அது. செல்வி மக்ஃபார்லேனின் மொழியாக்கம்.[6] அந்த அறிக்கை வெள்ளாவியில் அழிந்து விடக் கூடாதே என்ற ஆதங்கம் எனக்கு. உடனே நான் அப்பத்திரிகையின் உரிமையாளரைத் தேடினேன். ஞாபக மறதியுள்ள அந்த இளைஞர், ஒரு அச்சுக்கோப்பாளர்; சாசன இயக்கத்தில்[7] இருந்தவர். பழைய உலகின் ஏமாற்றங்களை மறக்க இந்தப் புது உலகிற்கு வந்திருந்தவர். 1848–ஆம் ஆண்டுப் புரட்சியின் குறிக்கோள்கள்,[8] 'தோல்விகள் ஆகியன பற்றிய மிக சுவாரசியமான உரையாடலில் நாங்கள் இருவரும் இறங்கினோம். எனது விஸ்கோன்சின் நாட்களின் நினைவுகளில் மிக மகிழ்ச்சிகரமானதாக நான் கருதுவனவற்றில் இந்த அரிய சந்திப்பும் அடங்கும். என்னைப் போலவேதான் அவரும், அதே தோல்விகளைத்தான் அவரும் கண்டிருந்தார். என்னையும் அறியாமல் என்னுடன் அமெரிக்காவுக்கு நான் சுமந்து வந்த, எனக்குள்ளே குமுறிக் கொண்டிருந்த வேதனைக்கு ஒரு மருந்தாக அமைந்தது அவருடன் உரையாடுவதற்கான அந்த வாய்ப்பு.

அந்த எதேச்சையான சந்திப்பு எனக்கு மீண்டும் உயிர்ப் பூட்டியது. அவர் தொடர்ந்து அமெரிக்காவின் மேற்குப்

---

6. கம்யூனிஸ்ட் கட்சி அறிக்கையின் 1862 ஜெர்மானியப் பதிப்புக்கு 1888-ஆம் ஆண்டு ஆங்கிலப் பதிப்புக்கும் எழுதிய முகப்புரைகளில் மார்க்சும், ஏங்கல்சும் முதலாவது ஆங்கில மொழிபெயர்ப்பு மிஸ் ஹெலன் மக்ஃபாலேன்'' செய்யப்பட்டு லண்டனில் ஜார்ஜ் ஜூலியன் ஹார்னியின் 'சிகப்புக் குடியரசுவாதி' பத்திரிகையில் 1850-இல் வெளிவந்தது என்று குறிப்பிடுகின்றனர்

7. சாசன இயக்கம்: இந்த நூலின் விளக்கக் குறிப்புகள் - III- காண்க.

8. 1848-ஆம் ஆண்டு புரட்சி: இந்நூலின் அறிமுகம் காண்க.

பகுதிகளுக்குப் பயணஞ்செய்யப் புறப்பட்டபோது 'சிவப்புக் குடியரசுவாதி' இதழை தனது அன்பளிப்பாக வைத்துக் கொள்ளும்படி வற்புறுத்தினார். நான் நியாயமாக விஸ்கோன்சின் கூட்டு வாழ்வுக் குழாம் நூலகத்திற்கு அதைக் கொடுத்திருக்க வேண்டும். ஆனால் அது ஒரு அரிய பொக்கிஷமாயிற்றே! நானே வைத்துக்கொண்டேன்.

சிலகாலம் கழித்து திருவாளர் டானா இந்தப் பக்கம் வந்தார் (தோட்டக்கலை ஆர்வலர் அவர், அதனால் எங்களை அவருக்குப் பிடித்திருந்தது). அப்போது அவரிடம் நான் 'சிவப்புக் குடியரசு வாதி'யைக் காட்டினேன். அவர் முறுவலித்தார். அவர் ஆசிரியராக இருக்கும், 'நியூயார்க் டெய்லி டிரிப்யூன்' செய்திப் பத்திரிகை உங்களுக்குப் பழக்கமானதுதானே! 'கம்யூனிஸ்ட் கழகத்தின்'[9] உழைப்பாளி உறுப்பினர்களுடன் சேர்ந்து வேலை

---

9. கம்யூனிஸ்ட் கழகம் (Communist League): 1847-இல் மார்க்ஸ் தன் குடும்பத்தாருடன் பெல்ஜியத்தின் தலைநகரான பிரஸ்ஸெல்ஸிலும் ஏங்கல்சும் பாரிஸ் நகரிலும் வாழ்ந்து வந்தனர். அச்சமயம் பாரிஸ், பிரஸ்ஸெல்ஸ், இலண்டன் ஆகிய நகரங்களில் வாழ்ந்த புலம்பெயர்ந்த ஜெர்மானியத் தொழிலாளர்கள் அந்நகரங்களில் செயல்பட்டுக்கொண்டிருந்த கம்யூனிஸ்ட் கடிதத் தொடர்புக் குழுக்களில் சேர்ந்து பணியாற்றி வந்தனர். அத்தொழிலாளர்களிடையே மார்க்சும், ஏங்கல்சும் அரசியல் பணியாற்றினர். அதேபோல நீதியாளர் கழகம் (League of the Just) என்ற அமைப்பிலிருந்த சோசலிஸ்ட்டுகளுடனும் அவர்கள் தொடர்பு கொண்டிருந்தனர். அது, இலண்டனில் வாழ்ந்து வந்த ஜெர்மானியக் கைவினைஞர்களின் அரசியல் ஆதரவில் செயல்பட்டுக் கொண்டிருந்த அமைப்பாகும்.

தொழிற் சாலை உற்பத்தி நிலவும் உலகை அடிப்படையாகக் கொண்ட அரசியலுக்குப் பதிலாக பட்டறை உற்பத்தி நிலவும் உலகை அடிப்படையாகக் கொண்ட அரசியலை அவர்கள் பேசிவந்தபோதிலும், அவர்களிற் பலர் பெரும் கருத்தியல் மாற்றங்களுக்குட்பட்டும் வந்தனர். 1847-இல் அவ்வமைப்பு 'கம்யூனிஸ்ட் கழகம்' (Communist League) என்று தனது பெயரை மாற்றிக்கொண்டது. அதற்கு முன்பேயே அவ்வமைப்பின் தலைவர்களிலொருவரும் கடிகாரங்களைப் பழுதுபார்க்கும் தொழிலில் ஈடுபட்டிருந்தவருமான ஜோசப் மோல் (Joseph Moll) என்பார், அந்த அமைப்பில் சேருமாறும் அதன் அடிப்படைக் கோட்பாடுகளை எழுதித் தருமாறும், மார்க்ஸையும், ஏங்கல்ஸையும் கேட்டுக் கொண்டிருந்தார். 'கம்யூனிசத்தின் கோட்பாடுகள்' என்ற சிறு வெளியீட்டை ஏங்கல்ஸ் எழுதினார். 1847-ஆம் ஆண்டு இறுதியில் இலண்டனில் நடைபெற்ற 'கம்யூனிஸ்ட் கழக மாநாடு' ஒரு அறிக்கையை எழுதித் தருமாறு மார்க்ஸைப் பணித்தது. ஏங்கல்சின் 'கம்யூனிசத்தின் கோட்பாடுகள்' என்பதை ஒரு முன்வரைவாக (draft) மார்க்ஸ் பயன்படுத்திய போதிலும் 'கம்யூனிஸ்ட் கட்சி அறிக்கை' முழுவதையும் அவர் ஒருவர்தான் எழுதினார் (Lindsey German, Reflexctions on the Communist Manifesto, Interna tional Socialism, Summer 1998, London) இதனைக் கீழ்க்காணும்

செய்யுமாறு உங்களை ஊக்குவித்தவர் திருமதி மார்க்ஸ்தான் என்று தான் கேள்விப்பட்டதாக திருவாளர் டானா கூறினார். தங்களை அறியாமலேயே படிப்பாளிகளுக்கேயுரிய மமதையுடன் சில சமயம் செயல்பட்ட தத்துவவாதிகளிடையே உழைப்பாளிகள் சங்கடப்படுவதை திருமதி மார்க்ஸ் கவனித்திருப்பார். இதை என்னால் கற்பனை செய்து பார்க்க முடிகிறது. சுயமாகவே கல்வி கற்க நேர்ந்தவர்களுக்குத் தெரிந்திருக்க வாய்ப்பில்லாத, அவர்களுக்கு அந்நியமான கருத்துகளையும் சொற்றொடர்களையும் அனாயசமாக இப்படிப்பாளிகள் எடுத்து வீசுவர். செல்வப் பிரபுக்களின் இடத்தை அறிவுப் பிரபுக்கள் பிடித்துக் கொள்வார்கள்[10] என்று உழைக்கும் மக்கள் சந்தேகிக்கத்தான் செய்வர். அதுபோலவே நமது சோசலிச அணிகளுக்குள்ளேயும் ஜனநாயக சர்வாதிகாரிகள் இருப்பதை சோசலிசப் பெண்களாகிய எங்களால் கண்டறிய முடிகிறது என்று நான் நினைக்கிறேன். எனவேதான் திருமதி மார்க்சின் பார்வைத் தெளிவை என்னால் முழு மனதுடன் பாராட்ட முடிகிறது.

ஆறு மாதங்களுக்குமுன், பூசல்களுக்கிடையே நாங்கள் விஸ்கோன்சின் கூட்டுவாழ்வுக் குழாமைவிட்டு வெளியேறினோம். அந்தக் கூட்டு வாழ்வுக் குழாமின் வெற்றியே அதற்கு எதிரியாகி விட்டது. சிலருக்கு அது முதலாளிகளாவதற்கான படிக்கல்லாக அமைந்துவிட்டது. இந்த மோசமான போக்கு யாருக்குமே பயன்தராத ஒன்று. சிறிதுகாலம் அக்ரானில் இருந்துவிட்டு, திருவாளர், திருமதி துக்ரோக் ஆகியோரின் ஆலோசனையின் பெயரில் நாங்கள் டொரன்டோவுக்கு வந்து சேர்ந்தோம். அவர்கள் இருவரும் ஒரு பள்ளிக்கூடத்தை இங்கு நிறுவியுள்ளனர். இந்தப் பள்ளிக்கூடம் கூட்டுவாழ்வு இயக்கத்தினரின் இலட்சியங்களின்படி முழுமையான கல்வியைப்

கட்டுரையும் உறுதிப்படுத்துகிறது. Rob Beamish, The Making of the Manifesto, The Socialist Register, 1998, Merlin Press, London

10. "செல்வப் பிரபுக்களின் இடத்தை அறிவுப் பிரபுக்கள் பிடித்துக் கொள்வார்கள் என்ற குற்றச்சாட்டை மார்க்ஸின் ஆதரவாளர்கள் மீது தொடுத்தவர் அராஜக வாதியான மிகெய்ல் பகூனின் ஆவார். அவர் ஃபெர்டினாண்ட் ரஸ்ஸால் என்ற சோசலிசவாதியை மனத்தில் கொண்டே இக்கூற்றைக் கூறினார் என்றாலும், பிறர் மீது வசைபாடுவதில் அவர் யாரையும் விட்டு வைத்ததில்லை Hal Draper, karl Marx's Theory of Revolution, Vol IV, ('ritique of Other Socialisms, Monthly Review Press, New York, 1990, p. 9).

போதித்து வந்தது. இப்போது என்னால் மீண்டும் கல்வி கற்பிக்க முடிகிறது. உடல், புலன்கள், அறிவு ஆகிய அனைத்தும் பயிற்றுவிக்கப்படுவதனால் குழந்தைகள் எப்படியெல்லாம் பிரகாசிக்கிறார்கள் என்பதைக் காண எனக்கு அத்தனை மகிழ்ச்சி. புத்தகங்களிலிருந்து கற்றுக்கொள்வது போலவே அனுபவத் திலிருந்தும் கற்றுக் கொள்ளலாம் என்று நாங்கள் அவர்களை ஊக்குவிக்கிறோம். கைவினைஞர்களின் குழந்தைகளும் ஆசிரியர்களின் குழந்தைகளும் சேர்ந்து படிக்கும் எங்கள் பள்ளிக்கூடம் சமூக நல்லிணக்கம் நிலவும் சிறிய மாளிகை. இங்கு யாரும் மனப்பாடம் செய்து படிப்பதுமில்லை, தவறு செய்யும் குழந்தைகளுக்குக் கடுமையான தண்டனையுமில்லை. எங்கள் மாணவர்கள், கூட்டுறவிலும், ஜனநாயக உணர்விலும் தாமாகவே தமக்கான அறிவை வளர்த்துக் கொள்கிறார்கள். என்னைப் பொறுத்தவரை, கல்வி, கூடியவரை ஒரு ஆனந்தமான அனுபவமாக இருக்கவேண்டும்.

திருமதி மார்க்ஸ் கவிதைகளையும் நாடகங்களையும் பரவசத்தோடு ஒப்பித்துக் காட்டியதை இன்றும்கூட நான் நேசத்துடன் நினைத்துப் பார்க்கிறேன். அவரிடம் கூறுங்கள் ‘எங்கள் பிள்ளைகள் இந்த வயதிலேயே கெத்தே, ஷெல்லி ஆகியோரின் படைப்புகளை நிகழ்த்திக் காட்டுகிறார்கள்’ என்று. இந்த அட்லாண்டிக் கடலைக் கடந்து அவர்களது குரல்கள் உங்கள் காதுகளுக்கு எட்டினால் எவ்வளவு நன்றாக இருக்கும். எனது கணவரால் தனது தொழிலைச் சுதந்திரமாகச் செய்ய முடிகிறது, ஆனால் நேர்மையான எனது விக்டர் பூர்ஷ்வா அல்ல என்பதை நான் உங்களிடம் வலியுறுத்திக் கூற விரும்புகிறேன், தற்போது அவர் டொரான்டோ நகரத்திலுள்ள உழைக்கும் மக்களின் நிலைமையைப் பற்றி ஆய்வு செய்து வருகிறார். அவர் செய்யும் தொழிலில் ஈடுபட்டுள்ள பிறரிடம் கூட்டுறவுச் சங்கங்கள் (associations) பற்றிப் பேசி வருகிறார். நம்முடைய பெரும் நம்பிக்கைகளில் பல உடைந்து நொறுங்கிவிட்டபோதிலும், இங்கு எங்களால் இன்னும் ஏதோ சிலவற்றைச் செய்யமுடிகிறது. பிரான்ஸையும். அதிலும் எனது பிரியத்துக்குரிய பாரீஸையும் நினைத்து இன்னம் ஏங்கிக் கொண்டிருக்கிறேன். என்றாலும் விடுதலை உணர்வையும் பழைய உலகத்தில் நிலவும் பாகுபாடுகளை உடைத்தெறிவதற்கான மனோவிருப்பத்தையும் இங்கு என்னால் காணமுடிகிறது. இவற்றை நான் பெரிதும் மதிக்கிறேன். இங்கு கூட்டுறவுச் சங்கத்திற்கு எதிரியாக இருப்பது பேராசையே தவிர பிறவி மேன்மையல்ல.

இப்படி நாங்கள் பல வேலைகளில் மூழ்கியிருக்கிறோம். ஆனால் பனிமழை பொழிந்து கொண்டிருக்கும் இந்த மாதத்தில், மாலை வேளைகளில் என்னால் பலவற்றைப் பற்றிச் சிந்திக்க நேரம் கிடைக்கிறது. உங்கள் அறிக்கையைப் படிக்கவும் நேரம் கிடைத்தது. தாங்கொணாத ஆர்வத்துடன் ஒரே மூச்சில் அதைப் படித்து முடித்தேன். எனக்குப் பளிச்சென்று பட்டது உணர்ச்சிகரமான, உயிர்த்துடிப்புள்ள உங்கள் மொழிநடைதான். அரசியல் பொருளாதாரம் பற்றிய பெரும்பாலான எழுத்துகளின் வறட்சி நடைக்கும் இதற்கும் எத்தனை வேறுபாடு! வெறும் தத்துவார்த்த மொழி நடையிலிருந்து மாறுபடுவதற்கு நீங்கள் எவ்வளவு முயன்றிருக்க வேண்டும் என்பதை என்னால் புரிந்து கொள்ள முடிகிறது.

இந்த அறிக்கை ஏதோ சொற்கள் பற்றிய விஷயம் மட்டுமல்ல. தொழிலாளர்கள் வரலாற்று மேடையில் தங்கள் விடுதலைக்காகப் போராடிக் கொண்டிருப்பது இந்த அறிக்கையில் கண்களுக்குப் புலப்படும் காட்சி போல விரிகிறது. இதனைப் படிக்கும் போது பழைய காவியங்கள் நினைவுக்கு வருகின்றன. அவற்றில் சித்தரிக்கப் படுவது போலவே இந்த அறிக்கையிலும் மாபெரும் சக்திகள் திரண்டு வந்து ஒன்றோடொன்று போரிடுவதைக் காணமுடிகிறது. ஆனால் உங்கள் காவியமோ இந்த உலகில், தற்சமயம் நடக்கும் போராட்டங்களைச் சித்தரிக்கிறது. நமது காலுக்கடியிலுள்ள பூமியை நடுநடுங்கச் செய்து, நமது அனுமானங்கள், பழக்கவழக்கங்கள் அனைத்தையும் உடைத்தெறிந்து, ஈவிரக்கமின்றி எல்லாவற்றையும் விழுங்கிக கொண்டிருக்கும் சமூக அமைப்பைப் பற்றிய சித்தரிப்பு இது. சமுதாயத்தின் அடித்தளத்திற்கே சென்று, வியத்தகு தெளிவுடன், வரலாறு பற்றிய இத்தகையதொரு மிகப் பரந்த தரிசனத்தை வழங்கயுள்ள உங்களுடைய ஆற்றலைக் கண்டு பிரமிப்படைகிறேன்.

அறிக்கையைப் படிக்கையில் வான்னோ தெருவுக்கே (Rus Vanneau) நான் சென்றுவிட்டேன். அங்கு எப்படியெல்லாம் மேசையை ஓங்கித் தட்டிப் பேசுவீர்கள். அவ்வாறு பேசுவது அவசியம் என்று திருவாளர் ரூகே கூறுவார். காரணம், ‘இருக்கக்கூடிய எல்லாவற்றையும் விருப்பு வெறுப்பின்றி விமர்சனம் செய்வதுதான்[11] சோசலிச நெறியாயிற்றே!

11. Karl Marx to Arnold Ruge, September 1843, Marx/ Engels, Collected Works Vol. 3, Lawrence and Wishart, London, 1975, p. 142.

இருப்பினும் மேசையின் மீதிருந்த பீங்கான் தட்டுகள், கோப்பைகள் உடைந்துவிடுமோ என்ற கவலை திருமதி மார்க்சின் கண்களில் அவ்வப்போது தெரியும். அந்த நாட்களில், சோசலிசம் என்பது இத்தகைய ஆக்ரோஷப் பேச்சு என்ற அளவில்தான் இருந்தது. அதற்குப் பிந்திய எட்டு ஆண்டுகளில் எவ்வளவோ நடந்துவிட்டது. அவற்றைப் பார்க்கையில் அந்தப் பழைய நாட்கள் வேறொரு யுகத்தைச் சேர்ந்தவையோ என்று எண்ணத் தோன்றுகிறது. அன்று பாரீஸ் நகரத் தெருக்களில் எழுப்பப்பட்ட தடைச்சுவர்கள், நம்பிக்கைத் துரோகங்கள், பிரான்சில் இன்று நிலவும் சர்வாதிகாரம் – அடுத்தடுத்து நிகழ்ந்த நிகழ்வுகளை நம்மால் அன்று கற்பனை செய்து பார்த்திருக்க முடியுமா? இன்றோ நாமறிந்த அரசியல் உலகம் ஒரு முனை யிலிருந்து மற்றொரு முனைக்கு வட்டமடித்துள்ளது. எல்லாமே நிலைமாறிப் போயுள்ளன. இவ்வாறு நடக்கும் என்று உங்கள் உள்மனம் அறிந்திருந்ததால்தானோ என்னவோ, 'உறுதியானவை அனைத்தும் காற்றில் கரைகின்றன'[12] என்று எழுதினீர்களோ? சேன்–ஷெர்மனில் நாம் தற்சமயம் இருந்திருந்தால், இத்தகைய மிகு கற்பனையான எண்ணங்களைக் கொண்டிருப்பதற்காக

---

12. Marx Engels, Manifesto of the Communist Party, p. 38.

(பூர்ஷ்வா வர்க்கம் ஏற்படுத்துகிற மாற்றங்களைக் குறித்து 'கம்யூனிஸ்ட் கட்சி அறிக்கை' தரும் விளக்கங்கள் உள்ள பகுதியில் மேற்சொன்ன வாக்கியம் இடம் பெறுகிறது. அப்பகுதி கீழ்வருமாறு: "பூர்ஷ்வா வர்க்கத்தால், இடைவிடாது உற்பத்திக் கருவிகளிலும் அவற்றின் மூலம் உற்பத்தி உறவுகளிலும், அவற்றுடன் கூடவே சமூக உறவுகள் அனைத்திலுமே புரட்சிகர மாற்றங்களை ஏற்படுத்தாமல் வாழமுடியாது. ஆனால் அதற்கு முந்திய தொழில் வர்க்கங்களுக்கு எல்லாம், பழைய உற்பத்தி முறைகளை மாற்றமில்லாத வடிவத்தில் அப்படியே பாதுகாத்து வைத்துக்கொள்வதுதான் அவ்வர்க்கங்கள் வாழ்வதற்குரிய முதல் நிபந்தனையாக இருந்தது. உற்பத்தியில் இடைவிடாது ஏற்படும் மாற்றங்களும், சமூக உறவுகள் யாவும் இடைவிடாது அமைதிகுலைதலும், முடிவே இல்லாத நிச்சயமற்ற நிலையும் கொந்தளிப்பும் பூர்ஷ்வா சகாப்தத்தை அதற்கு முந்திய எல்லா சகாப்தங்களிலிருந்தும் வேறுபடுத்திக் காட்டுகின்றன. நிலையான, இறுகிக் கெட்டி தட்டிப்போன, எல்லா உறவுகளும், அவற்றுடன் இணைந்த பழைய கால, வணக்கத்துக்குரிய தப்பெண்ணங்களும் அபிப்ராயங்களும் துடைத்தெறியப் படுகின்றன. புதிதாய் உருவானவை எல்லாம் கெட்டிப்படுவதற்கு முன்பே பழையனவாக ஆகிவிடுகின்றன. உறுதியானவை அனைத்தும் காற்றில் கரைகின்றன.'' 'உறுதியானவை அனைத்தும் காற்றில் கரைகின்றன' என்ற வாசகம் ஆங்கிலத்தில் உள்ள 'All that is solid melts into air' என்பதன் தமிழாக்கமாகும். ஆனால் இத்தகைய வாசகம் 'அறிக்கை'யின் ஜெர்மானிய மூலத்தில் இல்லை என்றும் அதில் உள்ள சம்பந்தப்பட்ட வாசகத்தின் சரியான ஆங்கில ஆக்கம் 'everything feudal and fixed goes up in smoke' என்பதுதான் என்றும் அண்மையில்

கட்டாயம் நீங்கள் என்னைக் கடிந்து கொண்டிருப்பீர்கள். சமூகத்தின் அடியாழத்திலோ ஒரு புரட்சி கொந்தளித்துக் கொண்டிருந்த காலத்தில் அந்த அறிக்கையை நீங்கள் எழுதிக்கொண்டிருந்தீர்கள். ஊழித்தீ ஒன்று கொழுந்துவிட்டு எரியப்போகிறது என்ற முன்னறிவிப்பு தான் உங்கள் அறிக்கை. ஆனால் நடந்து முடிந்தவற்றைப் பற்றி நம்மால் இன்று என்ன சொல்லமுடியும்? நமது முயற்சிகளின் விளைவுகள் பற்றி நாம் முன்கூட்டியே அறிந்திருந்தால், நாம் அன்று மேலதிக விவேகத்துடன் செயல்பட்டிருப்போமா அல்லது சூழ்நிலைமைகளுக்கு பயந்து அடங்கி ஒடுங்கி செயலற்றுப் போயிருப்போமா? நமது வெற்றி நிச்சயம் என்று உங்களைப்போல என்னால் அவ்வளவு உறுதியாக நினைக்க இயலவில்லை. நான் தற்சமயம் வாழும் புது உலகில்[13] கூட்டு வாழ்வமைப்பை நோக்கிய வரலாற்று இயக்கம் ஒன்று இருப்பதற்கான அறிகுறிகள் எதையும் என்னால் காணமுடியவில்லை. இன்னும் சொல்லப்போனால், அதற்கு எதிரான போக்குகளே தென்படுகின்றன. நாம் இங்கொன்றும் அங்கொன்றுமாகச் சில காரியங்களைச் செய்துதான் முன்னேற வேண்டும் போல் இருக்கிறது.

இப்போது நான் இன்னும் அதிக விமர்சன நோக்கில் உங்கள் அறிக்கையைப் பலமுறை படித்துள்ளேன். 1848–ஆம் ஆண்டு முதல் நாம் கண்டுள்ள மிக மோசமான தோல்விகளின் பின்னணியில் அந்த அறிக்கையில் சொல்லப்பட்ட விஷயங்கள் சிலவற்றை நீங்கள் மறு பரிசீலனை செய்வீர்களா என்பதையறிய நான் ஆவலாக இருக்கிறேன். உங்களை நேரில் சந்தித்து உங்கள் கருத்துகளைக் கேட்பதற்கு எனக்கு விருப்பம்தான். ஆனால் ஒரு கடிதம் மூலம் அவற்றைத் தெரிந்து கொள்வதுதான் எனக்கு நல்லது என்று நினைக்கிறேன். ஏனெனில் உங்கள்

செய்லா பென்ஹ பீப் (Seyla Benhabib), டெர்ரெல் கார்வர் (Terrell Carver), பால் தாமஸ் (Paul Thomas) ஆகியோர் சுட்டிக்காட்டியுள்ளனர். Paul Thomas, seeins as Believing: Marx's Manifesto, Derrida's Apparition in Socialist Register, Merm Press, London, 1998, p 216-217), எனவே மேற்சொன்ன வாசகத்தின் தமிழாக்கம் 'நிலப்பிரபுத்துவம் சார்ந்த, நிலையான அனைத்துமே எரிந்து புகையாகின்ற என்பதாகத்தான் இருக்கவேண்டும். ஆயினும் இந்த மொழியாக்கத்தில் உள்ள நிறைகுறைகள் ஏதும் ஷீலா ரௌபாத்தத்தின் விவாதங்களை எவ்விதத்திலும் பாதிப்பதில்லை.)

13. புது உலகம் : வட அமெரிக்கா

கருத்துகளுக்குக் கூறப்படும் மறுப்புரைகளை, பொழிந்து தள்ளும் நாவன்மையால் மூழ்கடிக்கக் கூடியவர் நீங்கள். நேருக்குநேர் நின்று உங்கள் கருத்துகளை எதிர்த்து, மாற்றுக்கருத்துகளை நிலைநிறுத்தச் செய்வதென்பது எளிதான காரியமல்ல – உங்களுடைய பேராற்றலும் ஆழ்ந்த படிப்பும் அத்தகையன. நம் இருவருக்கிடையே அட்லாண்டிக் மாக்கடல் இருப்பது மிகவும் நல்லதாய்ப் போயிற்று.

'பிற்போக்கு, பழைமைவாத சோசலிஸ்டுகளைப்[14] பற்றிய உங்களுடைய விமர்சனங்களுடன் நான் உடன்படுகிறேன். விஸ்கோன்சின் கூட்டுவாழ்வுக் குழாம் உறுப்பினர்கள் பலர் கூட்டு வாழ்வு முறையைப் பரப்புவதைக் காட்டிலும் தமது பங்குகளை அதிகரிப்பதில்தான் கவனம் செலுத்தினர் என்பது என்னவோ உண்மை தான். என்றாலும் கூட்டு வாழ்வு முறை இலட்சியத்தையே நீங்கள் மிகக் கடுமையாக நிராகரித்திருக்க வேண்டியதில்லை. கூட்டு வாழ்வுக் குழாம்களில் பலவகை உண்டு. எங்களுடைய குழாம், நான் ஏற்கனவே சொன்னது போல, பொருளாதார பலம் பொருந்தியதாகவும், ஆனால் அதே சமயம் பரஸ்பர உறவுகளை வளர்ப்பதில் பலகீனமானதாகவும் இருந்தது. பொருளாதார பலம், பரஸ்பர உறவுகளின் வளர்ச்சி ஆகிய இரண்டும் வேறு சூழ்நிலைமைகளில் சரியான விகிதத்தில் இணைந்திருக்கக்கூடும்.

விஸ்கோன்சின் கூட்டு வாழ்வுக்குழாமை விட்டு நாங்கள் வெளியேறிய போது ஒரு வாழ்க்கை முறை என்ற வகையில் கூட்டு வாழ்வுச் சமுதாயத்தையே நாங்கள் கைவிட்டுவிட்டு வந்துவிட்டோமோ என்ற வேதனை எனக்கிருந்தது. அந்த நாட்களை நினைக்கையில் பல மகிழ்ச்சிகரமான நினைவுகளை என்னால் திரட்டிக் கொள்ள முடிகிறது. கோடைக்காலத்தில் பட்டாணிகளை உரிப்போம். வேலை செய்து கொண்டே

14. Manifesto of the Communist Party, p. 61. (சேன்-சிமோன், ஃபூரியெ ஆகியோரின் மறைவுக்குப் பிறகு அவர்களைப் பின்பற்றியோர் செய்த முயற்சிகள் பற்றி மார்க்சும் ஏங்கல்சும் 'கம்யூனிஸ்ட் கட்சி அறிக்கையில் செய்த விமர்சனங்கள் அவ்வறிக்கையின் - III - ஆம் பகுதியில் உள்ள 'பிற்போக்கு, பழைமைவாத சோசலிஸ்டுகள்' என்ற தலைப்பின்கீழ் இடம் பெறுகின்றன. இது குறித்து இந்நூலின் விளக்கக் குறிப்புகள் - II - காண்க.)

இதர பெண்களுடன் பாடல்கள் இசைப்போம். கூட்டு வாழ்வு முயற்சியில் நீங்கள் ஈடுபட்ட சொற்ப காலத்தில் உங்களுக்கு ஏற்பட்ட கசப்பான அனுபவம் ஒருவேளை கூட்டு வாழ்வு முறையைப் பற்றிய உங்கள் மதிப்பீடுகளைப் பாதித்திருக்கக்கூடும். திருமதி ரூகேவிடம் நற்பண்புகள் பல இருந்தன என்றபோதிலும் அவருக்கும் திருமதி மார்க்சுக்கும் பொதுவான அம்சங்கள் ஏதும் இருக்கவில்லை. ஒருவேளை ஒரு கூட்டுவாழ்வுக் குழாமில் (Community) உறுப்பினர்களின் எண்ணிக்கை அதிகமாகவும் அவ்வுறுப்பினர்கள் பலதரப்பட்டவராகவும் இருந்தால், நமக்குப் பிரியமான பயன்தரக்கூடியவர்களின் நட்பை நாம் பெற வாய்ப்புகள் அதிகமாக இருக்கும்.

ஏதோவொரு கருத்து நிலையை (ideal) தேடிச் செல்பவள் நான் என்று என்னை நீங்கள் குற்றஞ் சொல்வதற்கு முன், ஒன்றை மட்டும் கூற விரும்புகிறேன். பாரிஸில் மிக உற்சாகத்தோடு விவாதித்த கோட்பாடுகளை இங்கு நாங்கள் நடைமுறைப்படுத்திய அனுபவம் விவேகமான, பயனுள்ள படிப்பினைகளைத் தந்துள்ளது. விஸ்கோன்சின் கூட்டுவாழ்வுக் குழாமில் நான் இருந்த காலத்தில், ஒரு கோட்பாட்டுக்கும், அதை நடைமுறைப்படுத்துவதற்கும் இடையே உள்ள இடைவெளி எவ்வளவு பெரியது என்பதைக் கற்றுக் கொண்டேன். மிகச்சிறந்த கருத்தாக்கங்கள் கூட நடைமுறைப்படுத்தப் படும்போது அலங்கோலப்பட்டு கறைபடிந்து போகலாம். இந்த உண்மை, புரட்சிகளுக்கும், பொருந்தும்; கூட்டு வாழ்வுக் குழாமில் அழுக்குத்துணி வெளுக்கும் இடங்களுக்கும் பொருந்தும். நமது இலட்சியங்களை வாழ்ந்து காட்ட நாம் மேற்கொள்ளும் முயற்சியில் மடத்தனங்கள் அடங்கியிருக்கக்கூடும்.

எனினும் அந்த முயற்சி நமக்கு ஒரு பெரும் படிப்பினைதான். நாம் கற்றுக்கொண்ட விஷயங்கள் நமது பழக்க வழங்கங்களை எப்படி மாற்றி அமைப்பது என்ற பிரச்சினைக்குத் தீர்வாக அமைய வேண்டும். நீங்கள் எதிர்பார்க்கின்ற மிக விரிந்த சமூகப் புரட்சியை நாம் செய்யும் போது இந்தப் பிரச்சினை கட்டாயம் எழத்தான் செய்யும். அந்த சமூகப் புரட்சி முற்றிலும் வேறுபட்ட சூழ்நிலைமைகளை உருவாக்கும் என்று நீங்கள் சொல்வீர்கள் என்று எனக்குத் தெரியும். ஆனால் பாட்டாளிகளோ அதற்கு முன்பு பழைய வாழ்க்கை முறைகளுக்கு வாழ்ந்து

பழக்கப்பட்டவர்களாயிற்றே! சிலருடைய, குறிப்பாக அவர்கள் பெண்களாக இருக்கும்பட்சத்தில், ‘தடையற்ற வளர்ச்சிக்கு[15] இந்தப் பழைய வாழ்க்கை முறைகள் இடையூறுகளாக இருக்கும் அல்லவா?

உங்கள் அறிக்கையில் பெண்கள், குடும்பம் பற்றிய பகுதி பெருத்த ஏமாற்றம் தரக்கூடியதாக உள்ளது என்பதை அழுத்தமாகச் சொல்ல விரும்புகிறேன். கடந்த 10 ஆண்டுகளாக சமூகப் புத்துயிர்ப்புப் பற்றி பெண்களுக்கிடையே நடந்து வந்துள்ள விவாதங்களில் நான் முழுமையாக ஈடுபட்டிருந்ததால், இதை நான் வலியுறுத்திச் சொல்ல வேண்டியுள்ளது. பெண்கள், குடும்பம் ஆகியவற்றைப் பற்றி திருவாளர் காபே (M. Cabet)[16] எழுதியவை போலவே உங்கள் அறிக்கையின் மேற்சொன்ன பகுதியும் அருவமான வாதங்களைக் கொண்டிருந்தது. ஏதோ நீங்கள் இருவருமே ஏற்கனவே எழுதப்பட்டுள்ள கருத்துகளுடன் மனநிறைவு கண்டு விட்டீர்கள் போலும்! இவ்வாறு நான் சொல்வது உங்களுக்கு ஆத்திரமூட்டலாம். ஏனெனில், நீங்கள் ஐகேரியர்களை[17] வெறுப்பவர். ஆனால், உண்மையைச் சொல்வ தென்றால், திருவாளர் காபேயைப் போலவே நீங்களும் பெண்களின் கருத்துகளையும், பங்கேற்பையும் புறக்கணித்துள்ளீர்கள். பாட்டாளிகளின் இந்த அறிக்கையில் பெண்களாகிய எங்களது சிந்தனை வளத்துக்கும் செறிவுக்கும் இடமளிக்கப்படவில்லை.

போராட்டங்களிலும் எழுச்சிகளிலும் எங்களுக்கு இடம் இல்லை என்று உங்கள் பார்வை அமைந்திருப்பது போல் தோன்றுகிறது. எங்களுக்குரிய பாதுகாப்பு என்று நீங்கள் நினைப்பதை எங்களுக்கு வழங்குகிறீர்கள். ஆனால் அதே சமயம் எங்கள் குரல்களை நீங்கள் மறுக்கிறீர்கள். வென்றெடுக்க ஒரு உலகம் எங்களுக்கு இல்லையா?

---

15. Manifesto of the Communist Party, p.53. (பாட்டாளி வர்க்க ப் புரட்சியின் விளைவுகள் பற்றி ‘கம்யூனிஸ்ட் கட்சி அறிக்கை’ விளக்கும் பகுதியில் இச்சொற்றொடர்கள் இடம் பெறுகின்றன. “வர்க்கங்களையும் வாக்கியப் பகைமைகளையும் கொண்டிருந்த பழைய பூர்ஷ்வா சமுதாயத்திற்குப் பதிலாக ஒவ்வொருவரும் தங்கு தடையின்றி வளர்ச்சியடைவதையே எல்லாரும் தங்குதடை யின்றி வளர்ச்சியடைவதற்கான நிபந்தனையாகக் கொண்ட கூட்டு வாழ்வு மக்கள் தோன்றுவர்’).

16. இந்நூலின் விளக்கக் குறிப்புகள் I - II காண்க.

17, இந்நூலின் விளக்கக் குறிப்புகள் II காண்க,

பெண்கள் உற்பத்திக் கருவிகளாக[18] கருதப்படுகிறார்கள் என்பதை நானும் ஏற்றுக்கொள்கிறேன். வட அமெரிக்காவில் அடிமை முறை ஒழிப்பு இயக்கத்திற்குப் பெண்கள் திரண்டு வருவதைப் பார்த்து நான் பூரிப்படைந்துள்ளேன். ஆன்மாக்கள் அனைத்தும் சமம் என்ற ஒருவித சமய, ஜனநாயக இலட்சியத்தின் தூண்டுதலின் காரணமாக மட்டும் அவர்கள் திரண்டு வரவில்லை. அடிமைகளைப் போலவே தான் தங்களுடைய உடலும், உள்ளமும் பயன்படுத்தப்படுகின்றன என்ற உணர்வின் காரணமாகவும் அவர்கள் இந்த அடிமைமுறை ஒழிப்பு இயக்கத்துக்கு வருகிறார்கள். ஆனால் நீங்களோ அல்லது திருவாளர் ஏங்கல்ஸோ பெண்களாகிய நாங்கள் எந்த வழிமுறைகளின் மூலம் எங்களுடைய இன்றைய சூழ்நிலைமைகளை மாற்ற முடியும் என்பதைப் பற்றி ஏதும் சொல்லவில்லை. 'இன்றைய சமூக முறை ஒழிக்கப்படும்'[19] வரை நாங்கள் காத்திருக்கத்தான் வேண்டுமா? அதுவரை நாங்கள் என்ன செய்வது?

அறிக்கையில் எல்லா விஷயங்களையும் சுருக்கி எழுத வேண்டிய நிர்ப்பந்தம் உங்களுக்கு. இதை என்னால் புரிந்துகொள்ள முடிகிறது. இருப்பினும் எங்களுடைய விடுதலைக்காக நாங்கள் ஆற்ற வேண்டிய பங்கைப் பற்றி நீங்கள் ஏதும் சொல்லாதது எங்களைப் பலகீனமானவர்களாகவும், உழைக்கும் ஆண்களை பலமுடையவர்களாகவும் காட்டுகிறது. சமத்துவம், ஜனநாயகம் ஆகியவற்றை ஐரோப்பாவில்

---

18. Manifesto of the Communist Party, p.50 ('கம்யூனிஸ்ட் கட்சி அறிக்கை கூறுவதாவது; "பூர்ஷ்வா, தனது மனைவியை வெறும் உற்பத்திக் கருவியாகவே பார்க்கிறார். உற்பத்திக் கருவிகள் எல்லார்க்கும் பொதுவாக்கப்பட்டுப் பயன்படுத்தப்படப் போவதாகக் கேள்விப்பட்டதும், உடனே எல்லார்க்கும் பொதுவாகிவிடும் இதேநிலைதான் பெண்களுக்கும் ஏற்பட்டுவிடும் என்று முடிவுக்கு இயல்பாகவே வந்துவிடுகிறார். பெண்கள் வெறும் உற்பத்திக் கருவிகளாக இருக்கும் நிலையில் வைக்கப்பட்டிருப்பதை ஒழிக்க வேண்டும் என்பதுதான் பாட்டாளி வர்க்கப் புரட்சியின் உண்மையான நோக்கம் என்பதைப் பற்றிய சந்தேகம்கூட அவருக்கு எழுவதில்லை").

19. Manifesto of the Communist Party, p.50: ('கம்யூனிஸ்ட் கட்சி அறிக்கை' கூறுவதாவது: "இன்றைய உற்பத்தி முறை ஒழிக்கப்படும்போது அந்த அமைப்பிலிருந்து உருவாகும் பொதுப் பெண்டிர் முறையும் - பொது விபச்சாரமும் தனிப்பட்ட விபச்சாரமும் ஒழிந்தே தீரும் என்பது தெளிவு" பூர்ஷ்வா உற்பத்தி ஒழிந்தால் பெண்களின் அடிமைத் தனமும் ஒழியும் என்பது அறிக்கையின் கருத்து.)

நடைமுறைப்படுத்தப்படுவதற்காக, சங்கங்கள் அமைப்பதன் மூலம் பெண்கள்[20] மேற்கொண்ட முயற்சிகளைப் பற்றி நீங்கள் இவ்வாறு மறுத்துவிட்டீர்கள். இம்முயற்சிகளைப் பற்றி நீங்கள் கூறாததால், பாலினம், மரபினம், பிறப்பு, சாதி, செல்வம் ஆகியவற்றின் அடிப்படையில் உருவாக்கப்பட்டுள்ள சிறப்புரிமைகள் அனைத்தையும் ஒழித்துக்கட்டும் இலட்சியம் பின்னடையச் செய்துள்ளீர்கள். இந்த இலட்சியத்திற்காக நாங்களும்கூட எத்தனையோ தியாகங்களைச் செய்துள்ளோம். இங்கு, வட அமெரிக்காவில், ஜனநாயக சோசலிசத்தில்[21] யாரும் அதிக உற்சாகம் காட்டுவதில்லை. ஆனால் பெண்கள் விடுதலைக்கான இயக்கம் வளர்ந்த வண்ணமிருக்கிறது. பழைய கருத்துகள்"[22] "பழைய வாழ்க்கை நிலைமைகள்"[23] ஆகியன கரைந்தொழிவதென்பது இங்கு பெண்களிடையே நிகழ்ந்து கொண்டிருக்கிறது. இதன் விளைவுகளும் அடிமைகளின் விடுதலை, பாட்டாளி வர்க்கத்தின் போராட்டங்கள் ஆகியவற்றைப் போலவே முக்கியத்துவம் உடையதுதான் என்பது எனது உறுதியான கருத்து.

யதார்த்தப்பூர்வமானதற்கு எதிராக நிறுத்தப்படும் கருத்து நிலையிலான (ideal) விஷயங்களை சந்தேகத்துடன் பார்ப்பவர்கள் நீங்கள். யதார்த்த அரசியலைப் பொறுத்தவரை, பெண்கள் தங்கள் விடுதலைக்கு ஆண்களைச் சார்ந்திருக்கலாம் என்று நினைப்பதில் உங்களுக்கு வேண்டுமானால் தயக்கம் இருக்கலாம். எனினும் தனி மனிதர்களால் தங்கள் பாலினத்திற்கேவுரிய காழ்ப்புணர்வுகளைக் கடந்து வர முடியாது என்று நான் கருதவில்லை. ஆனால் பொதுவாகவே, ஆண்கள், தங்கள் ஆண் இனத்துக்கேவுரிய குறுகிய நலன்களைப் பாதுகாக்கும் வகையில்

---

20. நூலின் அறிமுகம் காண்க.

21. 1848-இல் பிரான்சிலிருந்த சோசலிசப் போக்கு, மார்க்ஸ், ஏங்கல்ஸ் ஆகியோரால் ஆதரிக்கப்பட்ட போக்கு: விளக்கக் குறிப்புகள்- 1- காண்க.

22. Manifesto of the Communist Party, p.51, ('கம்யூனிஸ்ட் கட்சி அறிக்கை 'கூறுவதாவது: "பொருளுற்பத்தியில் எந்தவிகிதத்தில் மாற்றங்கள் ஏற்படு கின்றனவோ அதே விகிதத்தில் அறிவு உற்பத்தியின் தன்மையும் மாற்றமடைகிறது என்பதையல்லாது வேறெதனை கருத்துகளின் வரலாறு மெய்ப்பிக்கிறது? ஒவ்வொரு சகாப்தத்திலும் எப்போதுமே ஆதிக்கம் செலுத்தும் கருத்துகள் ஆளும் வர்க்கத்தின் கருத்துகளாகவே இருந்து வந்துள்ளன... பழைய கருத்துகளும் ஒழிந்து போகின்றன")

23. அதே நூல் பக்கம் 50.

செயல்பட்டு வருவதை எத்தனையோ உதாரணங்களைக் கொண்டு விளக்கமுடியும். எனவே பெண்களுக்கு விடுதலை எளிதில் வழங்கப்படும் என்று எண்ணுவதற்கு எதிராகவே, வரலாற்றின் நிகழ்வுகள் இருக்கின்றன. நமது பாட்டாளி வர்க்க சகோதரர்களும் கூட பெண்கள் விஷயத்தில் அநீதியாகவும் ஜனநாயகத்துக்கு விரோதமான முறையிலும் நடக்கக் கூடும். அரசியல் துறையில் நாங்கள் கேட்கும் சமவுரிமைகளைத் தர அவர்கள் மறுக்கவில்லையா? சம ஊதியத்துக்கான எங்கள் கோரிக்கையை அவர்கள் மறுக்கவில்லையா? அவர்களுடைய சங்கங்களிலிருந்து பெண்களை விலக்கி வைக்கவில்லையா? பாரிஸில் உள்ள எங்களது தொழிலாளர் சங்கங்களின் கூட்டமைப்பை உருவாக்குவதில் தாம் ஆற்றிய பங்கை திருமதி தெர்வான் தானே முன்வந்து மறுக்க வேண்டும் என்று திருவாளர் தெல்ப்ரூக் (M. Delbrouk) வற்புறுத்தவில்லையா? திருமதி தெர்வானுக்கு பெண்கள் உரிமைகளுக்கான போராட்டத்துடன் தொடர்பு இருப்பதால், உழைப்பாளிகள் சங்கங்களின் கூட்டமைப்புக்கும் சோசலிசத்துக்கும் அவப்பெயர் ஏற்பட்டு விடும் என்பதே அவர் இப்படி வற்புறுத்தியதற்குக் காரணம். இதனால், நீதிமன்ற விசாரணையின் போது உழைப்பாளர் சங்கங்களின் சார்பாகப் பேசுவதற்கு தனக்குள்ள உரிமையை திருமதி தெர்வான் விட்டுக்கொடுத்தார். நம்மிடையே உள்ள கசப்பான பூசல்கள் நமது எதிரிகளுக்குத் தெரிந்துவிடக்கூடாது என்பதற்காக,

ஐரோப்பாவில் அடக்கியொடுக்கப்பட்ட, தூற்றப்பட்ட எங்களுடைய குரல்கள் அட்லாண்டிக் மாக் கடலைக் கடந்து இங்கு ஒலிக்கின்றன, அக்ரானில் இருக்கும்போது பெண்கள் உரிமை மாநாட்டில் கலந்து கொள்வதற்கான வாய்ப்புப் பெற்றேன். அம்மாநாட்டில் கலந்துகொண்ட சமயத்தில், எனது அருமைச் சகோதரிகளும் தொழிலாளர் சங்கத் தோழிகளுமான ழூான் தெர்வான் (Jeanne Deroin) போலின் ரோலான் ஆகியோர் பிரெஞ்சுச் சிறையொன்றிலிருந்து எழுதிய கடிதத்தைக் கண்டுபிடித்து மொழியாக்கம் செய்வதில் திருமதி மோட் (Mme Mott) அவர்களுக்கு உதவி செய்தேன். அத்தோழிகள் இருவரும் அமெரிக்காவில் தோன்றியுள்ள பெண்கள் உரிமைகளுக்கான இந்தப் புதிய இயக்கத்தை, தமக்கு ஏற்பட்டுள்ள மனச்சோர்வை பின்னுக்குத் தள்ளி உதித்தெழும் நம்பிக்கையின் எழுகதிர்களாகக் கருதுகின்றனர். மேலும், மானுடத்தின் சரிபாதியாயுள்ள

பெண்களுக்கு ஜனநாயகத்தை மறுத்ததானது சுதந்திரத்தின் குரல்வளையை நசுக்குவதற்கு உதவிற்று என்றும் அவர்கள் கருதுகின்றனர்.

"1848-இல் மிகப் பிரகாசமாக உதித்து எழுந்து வருவதுபோல் தோன்றிய சூரியனை, பிற்போக்குச் சக்திகள் என்ற காரிருள் கவ்விப் பிடித்துள்ளது ஏன்? ஏனெனில், சிம்மாசனத்தையும், தூக்குமேடையையும் ஒரே சமயத்தில் தூக்கி எறிந்த, கறுப்பு அடிமையின் விலங்குகளை உடைத்தெறிந்த அந்தப் புரட்சிகரச் சூறாவளி மனித குலத்தில் ஒடுக்கப்பட்டவர்களில் ஒடுக்கப்பட்டவர்களாக இருக்கும் பெண்களின் தளைகளை உடைத்தெறிய மறந்துவிட்டது"[24]

அமெரிக்கப் பெண்களின் விடுதலை இயக்கத்துக்கும் சோசலிசப் பெண்களாகிய எங்களது அணுகுமுறைக்கும் சில வேறுபாடுகள் இருக்கத்தான் செய்கின்றன. அவர்கள் அமெரிக்கப் புரட்சி உருவாக்கிய அரசியல் சட்டத்தின் அடிப்படையில் சமத்துவம், சுதந்திரம் ஆகியவற்றைப் பெறுவதற்கு தங்களுக்குள்ள உரிமையை வலியுறுத்துகிறார்கள். ஆனால், அமெரிக்காவிலும் கூட தங்கள் உழைப்பு நிலைமைகளை மேம்படுத்துவதற்காக உழைக்கும் பெண்மணிகள் தங்களுக்கான சங்கங்களை அமைத்துக் கொண்டிருக்கிறார்கள் என்பதையும் நான் கேள்விப்படுகிறேன். அக்ரான் மாநாட்டில் ஒரு முன்னாள் அடிமை மிக அரியதொரு உரையை நிகழ்த்தினார். அவரது பெயர் சொஜோர்னர் ட்ரூத் (Sojourner Truth). எந்தவொரு ஆணையும் போலவே "நானும் உழுதிருக்கிறேன், விதைத்திருக்கிறேன்,களைகளை வெட்டித் தள்ளியிருக்கிறேன், கதிர் அறுத்திருக்கிறேன்" என்று அவர் முழங்கினார்.[25]

24, Jearn Deroin and Pauline Roland, Letter to Convention of the Women of America, 15 June 1851, in eds. SusanGroag Bell and Karen M. Offen, Women, the Family and Freedom, The Debate in Documents, Vol. One, 1750&1880, Stanford University Press, Stanford, California, 1983, p 287&8.

25. Sojourner Truth quoted in Nell Irvin Painter, Sojourner Truth's Defense of the Rights of Women (as reported in 1851; rewritten in 1863) in eds Linda K. Kerber, Jane Sherron De Hart, Women's America, Fourth Edition, Oxford University Press, New York, 1995.

சமத்துவம், விடுதலை ஆகியவற்றுக்கான இந்தக் கோரிக்கைகள் வாழ்க்கையனுபவத்திலிருந்து பிறக்கின்றன. உண்மையில் இவை "இப்போது நடந்துவரும் வர்க்கப் போராட்டத்திலிருந்து, நமது கண்ணெதிரேயே நடைபெறும் ஒரு வரலாற்று இயக்கத்திலிருந்து தோன்றும் யதார்த்தமான உறவுகள்"[26] தான். நீங்கள் அடிக்கடி விவரிக்கும் சமூக உறவுகளைப் பெண்கள் புரிந்து, வெளிப்படுத்தும் முறை, அவற்றை ஆண்கள் புரிந்து, வெளிப்படுத்துவதிலிருந்து வேறுபடுகிறது. அதற்குக் காரணம், எங்களை அடிமைப்படுத்தும் சூழ்நிலைமைகளும் ஆண்களை அடிமைப்படுத்தும் சூழ்நிலைமைகளும் ஒன்றல்ல என்பதுதான். இந்தக் காரணத்தினால்தான் தெஸிரே கே (Desiree Gay), தேசியப் பட்டறைகளில்[27] பணிபுரியும் பெண் தொழிலாளர்கள் தனியாகக் கூட்டம் நடத்த வேண்டும் என்றும், அதே சமயம் அவர்கள் ஆண் தொழிலாளர்களுடன் சேர்ந்து இருவருக்கும் பொதுவான கூட்டங்களில் கலந்து கொள்ளவேண்டும் என்றும் வாதாடினார். உண்மையான ஜனநாயகம் கைகூட வேண்டுமானால், பெண்களின் சுயாதீனம், ஆண்-பெண் தோழமை இரண்டும் இணைந் திருக்க வேண்டும் என்று நான் கருதுகிறேன்.

அக்ரான் மாநாட்டில் அமெரிக்கப் பெண்கள் கீழ்க்கண்ட தீர்மானத்தை நிறைவேற்றினர். "மனித குலத்தின் எந்தவொரு பிரிவும் மற்றொரு பிரிவின் பொருட்டு முடிவுகள் எடுக்கும் உரிமையை... யார் யாருக்கு எந்தெந்தத் துறை பொருத்தமானது என்பதைத் தீர்மானிக்கும் உரிமையை மறுக்கிறோம்"[28] எல்லாச் சூழ்நிலைமைகளிலும் இந்தத் தீர்மானத்துடன்

26. Marx and Engels, the Manifesto of the Communist Party, pp.46-47. (அறிக்கையில் மேற்சொன்ன வாசகங்கள் இடம் பெற்றுள்ள பகுதி கீழ்வருமாறு: "கம்யூனிஸ்டு களினுடைய கோட்பாட்டு முடிவுகள் உலகைப் புத்தமைக்க நினைக்கும் ஏதோவொரு சீர்திருத்தவாதி புனைந்தோ அல்லது கண்டுபிடித்தோ கூறிய கருத்துகளையோ அல்லது கோட்பாடுகளையோ எவ்வகையிலும் அடிப்படையாகக் கொண்டவையல்ல. நிலவுகின்ற வர்க்கப் போராட்டத்திலிருந்து, நம் கண்ணெதி ரேயே நடைபெறும் ஒரு வரலாற்று இயக்கத்திலிருந்து தோன்றும் யதார்த்தமான உறவுகளையே அவை பொதுவாக எடுத்துரைக்கின்றன.')

27. தேசியப் பட்டறைகள்: விளக்கக் குறிப்புகள் காண்க.

28. Quoted in Ellen Dubois, Feminism and Suffrage: The Emergence of an Independent Women's Movement in America, 1848& 1869, p. 36

என்னால் முழுமையாக ஒத்துப்போக முடியாது. காரணம், குழாமில் செயல்பட்டபோது நான் அறிந்திருந்த உண்மையான தோழமைப் பிணைப்புகளுக்கு இந்தத் தீர்மானம் ஊறு விளைவிக்கக்கூடும் என்று அஞ்சுகிறேன். மற்றொருபுறமோ, பெண்கள் தங்களது விடுதலையின் பொருட்டுத் தாங்களே செயல்பட வேண்டும் என்ற இந்தக் கருத்து, "பாட்டாளிகளுக்கு இழப்பதற்கு ஒன்றுமில்லை, தங்கள் அடிமைச் சங்கிலிகளை தவிர",[29] என்ற உங்களுடைய கருத்துடன் பொருந்திப் போகிறது. பிரான்சில் இருந்த எங்களைப் போன்ற சோசலிசப் பெண்கள், பெண்கள் உரிமைப் போராட்டமும், தொழிலாளர் உரிமைப் போராட்டமும் ஒன்றாக நடைபோட வேண்டும் என்றே எண்ணினோம் – எங்களிருவர் மத்தியிலும் அவ்வப்பொழுது காழ்ப்புணர்வும், பகைமையுணர்வும் தலை தூக்கி வந்தபோதிலும், ஆனால் இதுவும் எங்களுக்குத் தெரிந்திருந்தது – ஏளனம், அநீதி ஆகியவற்றை நாங்கள் வென்று வர வேண்டுமானால், நாங்கள் பெண்கள் என்ற முறையில் ஒன்றிணைந்து, ஆண்களின் கட்டுப்பாட்டிலிருந்து சுயாதீனமாகச் செயல்பட்டாக வேண்டும். சமுதாயத்தில் மிகவும் ஒடுக்கப்பட்டவர்கள் தங்களைத் தாங்களே விடுதலை செய்து கொள்வதைச் சார்ந்துதான் அனைவருக்கு மான சமூக விடுதலை நிறைவேறும் என்று நான் கருதுகிறேன்.

ஆனால் அக்ரான் மாநாட்டிலோ பெண்கள் இயக்கங்களுக்கும், தொழிலாளர் இயக்கங்களுக்குமிடையே உள்ள தொடர்புகளை இந்தப் புதிய பெண்கள் இயக்கம் கருத்தில் கொள்ளாதது எனக்கு சஞ்சலத்தை ஏற்படுத்தியது. நான் தனிமைப்பட்டு நிற்பதாக எனக்குப் படுகிறது. ஒருபுறம், அமெரிக்கப் பெண்கள், உழைக்கும் வர்க்கங்களுடைய ஒற்றுமையைக் காட்டிலும் பெண்களின் விடுதலையையே வற்புறுத்துகிறார்கள். மற்றொரு புறமோ, ஜனநாயக இயக்கங்களின் போக்கை உன்னிப்பாகக் கவனித்து வரும் நீங்களும் திருவாளர் ஏங்கல்சும் எப்படியோ எங்களது சிந்தனைகளையும் செயலையும் துடைத்தெறிய முயன்றிருக்கிறீர்கள். இந்த நிலைமையில் சோசலிசப் பெண்களாகிய நாங்கள் எங்கு செல்வது? லூயிஸ் ஒட்டோவின் (Louise Otto) சொற்கள்தான் எனக்கு நினைவுக்கு வருகின்றன.

29. Marx and Engels, The Manifesto of the Communist Party, p. 61

“எல்லா யுகங்களின் வரலாறு, குறிப்பாக இந்த யுகத்தின் வரலாறு புகட்டுகின்ற பாடம் இதுதான்: தங்களைப் பற்றி சிந்திக்க மறந்தவர்கள் மறக்கப்படுவார்கள்.”[30]

மாபெரும் புரட்சிகளுக்கிடையே நாம் வாழ்ந்து வருகிறோம். இந்தக் காலகட்டத்தில் பெண்கள் தங்களைப் பற்றிச் சிந்திக்க மறந்து போனால், பிறரும் அவர்களைப் பற்றிச் சிந்திக்க மறந்துவிடுவார்கள்.

எல்லாப் பக்கங்களிலிருந்தும் நான் தாக்குதல்களைச் சந்தித்து வருகிறேன். எனக்குள்ள ஒரே ஆயுதம் எனது பேனாதான். எனவே எங்களுக்கிடையே நடந்த விவாதங்கள், எங்களது கருத்துகள் ஆகியவற்றைப் பற்றிய எனது விளக்கத்தை உங்களுக்குத் தர விரும்புகிறேன். ஏனெனில் நாங்கள் பங்கேற்ற புரட்சி எங்களுக்கு ஒரு பெரிய ஆசானாக அமைந்தது. நாங்கள் சிந்தித்தவை எல்லாம் காற்றில் கரைந்துவிடக்கூடாது’ என்ற கவலை எனக்கு உண்டு. வருங்காலத்தில் நீங்கள் செய்யக்கூடிய வேலைகளில் பலதரப்பட்ட கருத்துகள், செயல்கள் ஆகியவற்றைக் கருத்தில் கொள்வதற்கு இது உதவும் என்று நினைக்கிறேன்.

1830களின் துவக்கத்தில் செயல்பட்ட பெண்கள் எங்களுக்கு ஆதர்சமாக விளங்கினார்கள். போலின் ரோலான், தெஸிரே வெரே (Desiree Veret), சூஸான் வால்கென் (Susanne Voilquin), க்ளேர் தெமார் (Claire Demar), போன்றவர்கள், பெண்கள் விடுதலை பெற வேண்டுமானால் ஒரு உள்தேடலில் ஈடுபட வேண்டும் என்பதைச் சுட்டிக் காட்டினர். இந்தத் தீரமிக்க பெண்களிடமிருந்தும், அதே போல ஃப்ளோரா ட்ரிஸ்டானிடமிருந்தும் (Flora Tristan) நாங்கள் கற்றுக் கொண்டது இதுதான் : தன்னை அறியாத பெண்ணால் எதற்குமே உரிமை கொண்டாட முடியாது எங்களின் பொருட்டு நாங்கள்தான் செயல்படவேண்டும் என்பதை நாங்கள் உறுதிப்படுத்திக் கொண்ட போதிலும், எங்களுடைய போராட்டம் உழைக்கும் வர்க்கத்தின் போராட்டத்தோடு பிணைக்கப்பட்டிருந்ததை நாங்கள் மறக்கவில்லை. தொழிலாளர்கள் சங்கம் ஒன்று

30. Louise Otto, Program, Frauen&Zeitung, Ein Organ Fur die hoheren weiblichen Intressen, No 1 (21 April 1849) in lds Bell and Offen, Women, the Family and Freedom, p 263.

உருவாக்கப்பட வேண்டும் என்று 1843–இல் ஃப்ளேரா ட்ரிஸ்டான் முன்வைத்த ஆலோசனை, குடும்பத்தில் பெண்கள் ஒடுக்கப்பட்டுக் கிடக்கும்போது உழைக்கும் ஆணின் விடுதலை என்ற பேச்சுக்கே இடமில்லை என்ற அவரது புரிதல் ஆகியன பற்றிய எந்தவொரு குறிப்பும் உங்கள் அறிக்கையில் இல்லாதது கண்டு நான் ஆச்சரியப்பட்டுப்போனேன்.

'எல்லா அரசியல் செயல்பாட்டையும்' எதிர்ப்பவர்களல்லர் நாங்கள்'[31] 'உழைக்கும் வர்க்கங்களைச் சேர்ந்த ஆண்கள் பெண்கள்' ஆகியோருக்குத் தனது 'இலண்டன் பயணம்' என்ற நூலை அர்ப்பணித்து, ஃப்ளோரா ட்ரிஸ்டான் எழுதியதாவது: "... உங்களுடைய அரசியல் உரிமைகளைக் கோட்டை விட்டு விடாதீர்கள்.....[32] (ஏனெனில்) இவற்றின் மூலமாகத்தான் சமூக அமைப்பிலுள்ள சீர்கேடுகளை எதிர்த்துப் போராட முடியும்...[33]. என்றாலும், "சமூக அமைப்பு, அதாவது இந்த அடித்தளம்தான் உங்களுடைய அக்கறைக்குரிய விஷயமாக இருக்க வேண்டுமே தவிர அரசியல் அதிகாரம் அல்ல. அரசியல் அதிகாரம் என்பது ஒரு மாயை. ஒருநாள் அது கோலோச்சும். மறுநாள் அது தூக்கி எறியப்படும். மீண்டும் புதிய வடிவத்தில் தோன்றும். மறுபடியும் தூக்கியெறியப்படும்.''[34] இந்த மகத்தான பெண்மணியை நீங்களும் திருவாளர் ஏங்கல்சும் அங்கீகரித்திருக்கலாமே என்று எனக்குத் தோன்றுகிறது.

உங்கள் அறிக்கையில் நீங்கள் உறுதிப்பட கூறியுள்ள சில கருத்துகளை நீங்கள் மாற்றிக் கொள்ளும்படி பல விஷயங்களை 'நாற்பத்தி எட்டினரா'கிய[35] நாங்கள் (அமெரிக்கர்கள் எங்களை இப்படித்தான் அழைக்கின்றனர்) செய்திருக்கிறோம். எடுத்துக் காட்டாக 'பெண்களின் குரல்' என்ற எங்கள் பத்திரிகையைச்

31, Marx and Engels, The Manifesto of the Communist Party, p. 61 ('கம்யூனிஸ்ட் கட்சி அறிக்கையில் 'பிற்போக்கு, பழமைவாத சோசலிஸ்டுகள்' என்று மார்க்ஸ், ஏங்கல்ஸ் ஆகியோரால் கூறப்படுபவர்களைக் குறிக்கும் வாசகம் இது. விளக்கக் குறிப்புகள்- II காண்க.

32. Flora Tristan, The London Journal of Flora Tristan, 1842. Translated, annotated and introduced by Jean Itankes Virago, London, 1982.

33. அதே நூல், ப. 3

34. அதே நூல் ப. 3

35. 1848 பிரெஞ்சுப் புரட்சியில் பங்கேற்ற பெண்கள்.

சேர்ந்த எங்கள் பெண்கள் சங்கத்தில் நாங்கள் இதைத்தான் கோரினோம்: "இறையாண்மை மக்களுக்கேயுரியது என்று கூறப்படுவதால், அந்த 'மக்கள்' என்ற இலக்கணத்துக்குள் நாங்களும் உரியவர்கள்தான்." 1843–இல் மூான் தெர்வான் தன்னை ஒரு வேட்பாளராக அறிவித்த போது, அவரை மரியாதையுடன் நடத்திய ஒரே குழுவினர் ஜனநாயக சோசலிசவாதிகள்தான்.

நாங்கள் சங்கங்கள் அமைக்கக் காரணம், அரசியலில் எங்களுக்கு அக்கறை இல்லை என்பதால் அல்ல. மாறாக, தேவையின் காரணமாகத்தான். வேறு எந்த வகையில் எங்களால் வேலையைத் தேடிக் கொள்ளவோ ஊதியத்தை உயர்த்திக் கொள்ளவோ முடியும்? "கூட்டுச் சேர்ந்தால்தான் வாழ முடியும்" என்று நாங்கள் நம்பியதால்தான், சங்கங்களை இணைப்பதில் இறங்கினோம். தனிமைப்பட்டிருக்கும் நிலையைப் போக்கும் நோக்கத்துடன், 'பெண்களின் கருத்து' (Opinion des Femmes) என்ற பத்திரிகையில், 'அனைத்துச் சங்கங்களின் சகோதரத்துவ, ஒருமைப் பாட்டுக் கூட்ட மைப்பு (Association Solidaire et Fraternelie de Toutes les Associations Reunis) என்ற அமைப்பு உருவாக்கப்பட வேண்டும் என்ற ஆலோசனையை மூான் தெர்வான் முன்வைத்தபோது, 104 சங்கங்களின் பிரதிநிதிகள், ஆண், பெண் வேறுபாடின்றி ஒன்றுபட்டனர். எங்கள் கூட்டத்தில் போலீசார் புகுந்து, சோதனையிட்டு எங்களைச் சிறைக்குக் கொண்டு சென்றபோது, அரசாங்கத்தைப் பலவந்தமாகத் தூக்கியெறியச் சதிசெய்தோம் என்று குற்றஞ்சாட்டினார்கள். ஆனால் வன்முறை எங்கள் நோக்கமல்ல.

சங்கங்களின் கூட்டமைப்பொன்று உருவாக்கப்பட வேண்டும் என்ற எண்ணம் எங்களுக்கு ஏற்பட்டதற்குக் காரணம், 1848, 1849 ஆகிய ஆண்டுகளில் எங்களுக்கு உண்டான அனுபவங்கள்தான். அச்சமயம் தையல் வேலை செய்து வந்த பெண்கள், மருத்துவச்சிகள், பட்டுத் தொழிலில் வேலை செய்து வந்தவர்கள், சலவைத் தொழிலாளர்கள் ஆகியோர் சங்கங்களை அமைத்து வந்தனர்.

மூலதனத்தைத் திரட்டுவது, சந்தைத் தேவைகளைக் கண்டறிவது, அவற்றை நிர்ணயிப்பது, உற்பத்திப் பொருட்களை விற்பனை செய்வது ஆகியவற்றில் அத்தொழிலாளர்கள் சந்தித்த பிரச்சினைகளைப் பற்றிய நேரடி அனுபவம் எங்களுக்கு இருந்தது.

அதனால் மேலும் விரிவான கூட்டுறவு உற்பத்தி முறையில் இருக்கக் கூடிய அனுகூலங்களையும், அதில் ஏற்படக்கூடிய சிக்கல்களையும் எங்களால் முன்கூட்டியே பார்க்கமுடிந்தது. அரசியல் பொருளாதாரம் பற்றிய தத்துவம் எதிலும் நாங்கள் பயிற்றுவிக்கப்படாதவராக இருந்த போதிலும், எங்கள் குடும்பங்களின் பொருளாதாரங்களைப் பற்றி எங்களில் பலருக்கு நன்றாகவே தெரிந்திருந்தது. இதன்விளைவாக, ஒரு கூட்டுறவு முறையிலான உற்பத்தி முறை, விநியோகம், பரிவர்த்தனை ஆகியவை பற்றிய மிகச் செறிவான திட்டமொன்றை எங்களால் உருவாக்க முடிந்தது. தொழிலாளர்களின் வாழ்க்கை பற்றி எதுவுமே தெரியாத ஒரு தத்துவவாதியின் மூளையிலிருந்து உதித்த ஒரு திட்டமல்ல அது. நடைமுறையில் சாத்தியமாகக்கூடியது எது என்பதில் எப்போதும் அக்கறை கொண்டிருந்த எங்களது நோக்கம், உற்பத்தியாளர்களின் தேவைகள், நுகர்வோரின் தேவைகள் ஆகியவற்றை சீர்தூக்கிப் பார்த்து, இரண்டுமே பாதிக்கப்படாதபடி, விற்பனைப் பண்டங்களுக்கு நியாயமான விலையை நிர்ணயிக்கும் ஒரு கூட்டமைப்பை உருவாக்குவதுதான்.

ஏழைப் பெண்களுக்கு உதவி செய்யக்கூடிய நிதி நிறுவனங்களை அமைத்து, அவற்றைப் பரஸ்பர நம்பிக்கை, ஜனநாயகம் ஆகியவற்றின் அடிப்படையில் நடத்துவது குறித்தும் நாங்கள் யோசித்தோம். ஆனால் எங்களைப் புலம்பெயரச் செய்து சிறையில் அடைத்துச் சிதைத்த கொடுங்கோன்மை அந்த ஆர்வங்களை நசுக்கிவிட்டது. நாங்கள் சாதித்ததைப் பெருமிதத்தோடு நினைத்துப் பார்ப்பதற்கு இதுவே ஒரு காரணமாகவும் இருக்கிறது. மேலும் சிறந்த முறையில் சமுதாயத்தை ஒழுங்கமைக்க வேண்டும் என்ற நம் அனைவரது விருப்பம் நிறைவேற வேண்டுமானால் சிறிது சிந்தனையும் முன்னேற்பாடும் தேவை.

நாம் இவ்வாறு செய்யவில்லை என்றால், ஒரு சமுதாய அமைப்பிலிருந்து இன்னொரு சமுதாய அமைப்புக்கு மாறும்போது அதற்கான ஊட்டத்தை எங்கிருந்து பெற முடியும் என்று எனக்குத் தெரியவில்லை. பழைய சமுதாயத்திற்குள்ளேயே புதிய சமுதாயத்தின் கூறுகள் இருக்கின்றன என்று நீங்கள் எழுதுகிறீர்கள். இந்தப் பழைய சமுதாயத்தின் எந்தக் கூறுகளைத் தூக்கி எறிவது, எவற்றை வைத்துக் கொள்வது என்பதை எப்படி நாம் தீர்மானிப்பது? நாம் வீட்டில் இடத்தை அடைக்கும் பொருட்களாய் போட்டு வைத்துள்ள ஒரு

அறையில் உட்கார்ந்து, மிக அரிய நினைவுகளைத் தம்மகத்தே கொண்டுள்ள பொருட்களை மீட்டுக்கொண்டிருக்கும் ஒரு அரசியல் நிலைமையில் நான் இருப்பதாகக் கருதுகிறேன். நீங்கள் (வரலாறு பற்றிய) ஓவியத்தைத் தீட்டும் போது உங்கள் தூரிகை பெரிய, பெரிய கோடுகளையே வரைகிறது. சின்னச்சின்ன, நுணுக்கமான, விவரங்களைப் பற்றி நீங்கள் கவலைப்படுவதில்லை. ஆனால் இந்தச் சின்ன, சின்ன, நுணுக்கமான விஷயங்களுக்கிடையேதான் நாம் வாழ்கிறோம். அவைதான் விரிந்த நமது வாழ்க்கையினை உருவாக்குகின்றன. குடும்பத் தலைவிகளின் ஆற்றல்களிலிருந்து தத்துவவாதி களாகிய நீங்களும் கற்றுக்கொள்ள முடியும்!

நான் ஏற்கனவே கூறியது போல, அமெரிக்காவில் பெண்களின் உரிமைக்கான கோரிக்கை, சமத்துவத்துக்கான உரிமை என்பது மனிதர்களிடமிருந்து பிரிக்கமுடியாத ஒன்று என்ற உண்மையின் அடிப்படையில் எழுப்பப்படுகிறது. ஆனால் கூட்டுறவு, அன்பு ஆகியவை பற்றிய தனிச்சிறப்பான புரிதலை பெண்களின் தாய்மை அனுபவம் எங்களுக்கு வழங்குவதாக மூான் தெர்வான் கருதுகிறார். இத்தகைய பண்புகளைப் பெண்கள் சமூகத் தளத்துக்கும் கொண்டு வருவர் என்றும் அவர் வாதாடுகிறார். சமூக மாற்றத்தைப் பற்றிய விவாதங்களில் மனிதவுணர்ச்சிகள் பற்றிப் பேசுவதை ஐயப்பாட்டுடனேயே நீங்கள் பார்க்கிறீர்கள் என்பது எனக்குத் தெரியும். இருந்தாலும் மனித உணர்ச்சிகளுக்கு சமூக மாற்றத்தை ஏற்படுத்துவதில் பங்குண்டு என்பதை நீங்கள் ஏற்றுக்கொள்வீர்கள் என்ற நம்பிக்கை எனக்குண்டு. தாய்மார்கள் என்ற வகையில் பெண்கள் வளர்த்துக் கொண்டுள்ள ஆற்றல்களை மதிப்பதை, அவர்களை 'வெறும் உற்பத்திக் கருவி' களாக குறுக்கும் போக்கிற்குக் காட்டப்படும் ஒரு எதிர்ப்பாகக் கருதலாம் அல்லவா? தாய்மார்கள் என்ற வகையில் எங்களுக்குரிய உரிமைகளைக் கேட்பதில் பிரச்சினை இருக்கத்தான் செய்கிறது.

காரணம், ஒரு வட்டத்துக்குள் எங்களை நாங்களே அடைத்துக் கொண்டு, ஆண்களோடு சமமாகக் களத்தில் நிற்க முடியாதவர்களாகி விடுவோம். ஆனால், மற்றொரு புறமோ, ஆண்களின் பகுத்தறிவின் அடிப்படையில் உருவாக்கப்பட்டுள்ள வெறும் அருவமான சமத்துவம் என்பது பெண்களாகிய எங்களுக்கு மட்டுமே உரிய அனுபவங்களை இருட்டடிப்பு செய்துவிடக்கூடும். கடந்த 20 ஆண்டுகளாகவே இந்தப்

பிரச்சினை குறித்து சோசலிசப் பெண்களிடையே சூடான விவாதங்கள் நடந்துவந்துள்ளன. அப்படியிருந்தும் உங்கள் அறிக்கையில் இது குறித்து நீங்கள் எதுவும் சொல்வதில்லை. இந்த விவாதமானது, ஒடுக்கப்பட்டவர்களின் விடுதலை என்ற பொதுவான பிரச்சினைக்கும் பொருத்தப்பாடுடையதுதான். சமூகப் புத்துயிர்ப்பு என்ற மகத்தான திட்டத்தை செழுமைப்படுத்த இத்தகைய புரிதல்கள் இல்லாமல் போனால், பட்டம், பதவி, வாய்ப்புகள், அறிவு ஆகியவற்றைப் பெற்றுள்ள மனிதர்கள் மீண்டும் மேலாதிக்கம் பெறுவதை நம்மால் எவ்வாறு தடுக்க முடியும்?

1834-இல் சூஸான் வால்கெனால் பிரசுரிக்கப்பட்ட க்ளேர் தெமாரின் சிறுநூலான 'எனது எதிர்காலச் சட்டம்' (Ma Loi d' Avenir) பற்றி உங்களுக்குத் தெரியுமா? அதுக்ளேரின் சோகமானதற்கொலைக்கு ஓராண்டுக்குப் பிறகு வெளிவந்த புத்தகம். க்ளேரின் குரல் தனிமையில் ஒலித்தது.

பெண்களின் தனிச்சிறப்பான தேவைகள், விருப்பங்கள், வேட்கைகள் ஆகியன சுதந்திரமாக வெளிப்படுத்தப்பட வேண்டும் என்று கூறிய அதேவேளையில், அவர், பெண்களின் இயல்பு பற்றிய இறுக்கமான கருத்துகளை ஏற்கவில்லை. அதனால்தான் சேன் – சிமோனிய இயக்கத்தைச் சார்ந்த திருவாளர் ஆன்ஃபான்தென் (M.Enfantin) 'பெண்களுக்குரியவை உணர்ச்சிகள், ஆண்களுக்குரியது உலகம்' என்பதன் அடிப்படையில் வழங்கிய கட்டளைகளை க்ளேரால் சகித்துக்கொள்ள முடியவில்லை.[36] அப்போது நான் மிகவும் சிறியவள். க்ளேர்தெமாருக்கும் சூஸான் வால்கென், பிற சேன்-சிமோனியப் பெண்கள் ஆகியோருக்கும் இடையில் இருந்த முரண்பாட்டை என்னால் புரிந்துகொள்ள முடியவில்லை. 'பெண்' என்பவள் (சமுதாயத்தின்) தார்மீக இரட்சகராக இருக்கக் கூடியவள் என்ற அவர்களுடைய கருத்துக்கு எதிராக க்ளேர் தெமார் ஏன் கிளர்ந்தெழுந்தார் என்பதை என்னால் இப்போது புரிந்து கொள்ள முடிகிறது. அந்தக் கருத்து பெண்கள் மீது புதிய கட்டுப்பாடுகளை விதிக்கும் என்று அவர் கருதினார். அக்கருத்துக்கு மாறாக அவர் கூறியதாவது:" ... (பெண்களாகிய நாம்) நமது இயல்பு, நமது வேட்கைகள் ஆகியவற்றை வரையறை

---

36. விளக்கக் குறிப்புகள்- II காண்க.

செய்யும் போது கூட, நம் ஒவ்வொருவரின் இயல்பும், நம் ஒவ்வொருவரின் உணர்ச்சியும் புனிதமானவை, அவை நிறைவு செய்யப்பட வேண்டும் என்றும் முழங்குகிறோம்..',[37] அவருடைய வாழ்க்கைக்குக் களங்கம் ஏற்படுத்தப்பட்டிருக்கிறது. காரணம், அவர் 'உடலை உடலால்தான் சோதித்துப் பார்க்க வேண்டும்'[38] என்ற கருத்தை ஆதரித்தார். ஆனால் அந்தக் கருத்துக்கு எதிராக எழுப்பப்பட்ட கூக்குரல்களில் பெரியளவுக்கு மாய்மாலம் இருந்தது. ஏனெனில், 'வயசுப் பிள்ளைகள் அப்படித்தான் செய்வார்கள்' என்று பெரியவர்கள் வழங்கும் சம்மதத்துடன் வாலிபர்கள் இதைத்தானே செய்கிறார்கள். ஆணுக்கொரு அறமும் பெண்ணுக்கொரு அறமும் இருக்க வேண்டும் என்று நம்மால் எப்படிச் சொல்ல முடியும்? பயத்தின் அடிப்படையில் ஆணுக்குப் பெண்ணும் (பெண்ணுக்கும் ஆணும்) விசுவாசமாக இருக்க வேண்டும் என்பதை அவர் கேள்விக்குட்படுத்தினார். அதன்காரணமாக, அவரும் அவருடைய இளம் காதலரும் தற்கொலைக்குத் தள்ளப்பட்டனர்.

என்னைப் பொறுத்தவரை சுதந்திரமாக வாழும் பெண்ணுக்கு உண்மையான ஆபத்து, அவள் பல்வேறு முனைகளிலிருந்து வரும் காழ்ப்புணர்வுகளை எதிர்த்துப் போராடக்கூடிய மிகக் கடினமான நிலையில் இருப்பதுதான். இது பெண்ணைச் சிதைத்து அவளுக்குப் பெரும் துன்பங்களை ஏற்படுத்தக்கூடும். இக்காரணத்தாலே சுதந்திரக் காதல்' என்பதன் சில வடிவங்கள் ஏற்படுத்தும் மோசமான விளைவுகளை நீங்களும் திருமதி மார்க்சும் வெறுப்பதை என்னால் ஏற்றுக் கொள்ள முடிகிறது. 1830–களின் தொடக்கத்தில் (சுதந்திரக் காதல் என்பதன் பெயரால்) மிகைச் செயல்கள் நடைபெற்றன என்பது உண்மைதான். ஏனெனில் அப்போது தாம் அறிந்த உலகம் நாற்புறமும் தகர்ந்து விழுந்துவருவதாக மக்கள் கருதினர். எதை வேண்டுமானாலும் செய்யலாம் என்பதுதான் சுதந்திரம் என்று நினைக்கக்கூடிய சில சோசலிச ஆண்கள் எப்போதும் இருக்கத்தான் செய்கின்றனர். திருமதி மார்க்சிடம் திருவாளர் ஹெர்வே தகாத முறையில் நடந்துகொண்டது எனக்கு நினைவுக்கு வருகிறது. இது மட்டுமின்றி, பிள்ளைகளுக்கு

---

37. Clair Demar quoted in Eleni Varikas, 'A Supremely Rebellious Word', Clair Demar: A Saint Simonian Heretic, Argument Sondarband, AS185, p. 98

38. அதே நூல், ப. 99

யார் பொறுப்பு என்ற பிரச்சினை வேறு இருக்கிறது. பிள்ளையைப் பெற்றவர்களுக்கு அவர்களை வளர்க்க உரிமையில்லை என்பதன் அடிப்படையில் க்ளேர் தெமார் தீட்டிய திட்டம் எனக்குப் பிடிக்கவில்லை. அதுபோல, குழந்தையை வளர்ப்பதில் தந்தையின் பங்கு முக்கியமானதல்ல என்று போலின் ரோலான் கூறியதையும் என்னால் ஏற்கமுடியவில்லை. ஏனெனில் இது பெண்களின் மீது மேலதிகமான பொறுப்பை சுமத்துகிறது. போலின் ரோலான், ழான் தெர்வான் ஆகிய இருவருமே பாலுறவு நீங்கிய வாழ்க்கையை ஆதரித்தனர். ஆனால் அவர்களால் தங்கள் சொந்த வாழ்க்கையில் அதைக் கடைப்பிடிக்க முடியவில்லை. சுதந்திரம் என்பதைப் பற்றிய ஒரு குறிப்பிட்ட கருத்துக்காக பெண்கள் ஏன் காதலையும் தாய்மையையும் தியாகம் செய்யும் வேளையில், நாம் தனிமைப்பட்டுப் போகும் வேளையில் சுதந்திரத்தில் என்ன எஞ்சியிருக்க முடியும்?

இருந்தபோதிலும், இன்றைய சமூக அமைப்புமுறை ஒழிக்கப்பட்டால்தான் மேற்சொன்ன பிரச்சினைகளுக்குத் தீர்வு கிடைக்கும் என்ற உங்களுடைய கருத்தும் எனக்கு நிறைவளிப்பதாகவில்லை. அதுவரை நாம் காத்திருந்தால் நாம் நரைதட்டி கிழடு தட்டி விடுவோம். அப்போது இதைப் பற்றியெல்லாம் அக்கறைப் படுவோமா என்ன? வருங்காலத்தில் சமுதாயம் மாற்றியமைக்கப் படும்போது, இப்போதுள்ள கருத்துக்களும் (வாழ்க்கை) வடிவங்களும் மாறும் என்ற உங்கள் கூற்று சரியானதுதான் என்று கருதுகிறேன். ஆனால் அதுவரை நாம் வாழ்க்கையை எப்படி நடத்தப்போகிறோம்? ஒடுக்குமுறையைப் பற்றி நாம் உணர்ந்த பிறகு மகிழ்ச்சியற்ற நிலைமையிலும் அடிமைத்தனத்தில் தொடர்ந்து நாம் எப்படி வாழ்வது? அன்பற்ற மணவாழ்க்கையில் துன்பப்படும் பெண்கள் என்னவாவது? க்ளேர் தெமார் அவர்களுக்குத்தானே ஆதரவு கொடுத்தார்? தாய்மை என்பது அந்தந்தப் பெண்ணின் விருப்பத்தைப் பொறுத்தது என்று ழான் தெர்வான் கூறியதையும், பெண்ணை அடிமை நிலைக்குத் தள்ளுவதால், திருமணம் தேவையில்லை என்ற போலின் ரோலான் கருத்தையும் ஜனநாயகவாதிகள் என்ற முறையில் நாம் ஏற்கத்தானே வேண்டும்.

உழைக்கும் வர்க்கங்களின் குடும்பங்களிலுள்ள ஏற்றத்தாழ்வுதான் பெரும்பாலான வன்முறைகளுக்கும் கொடூரச் செயல்களுக்கும் காரணமாக உள்ளது என்று ஃப்ளோரா ட்ரிஸ்டான் ஆதாரத்தோடு வாதாடியது, கம்யூனிசத்தை

உருவாக்குவது என்பதோடு சம்பந்தப்பட்டதல்லவா? ‘குடும்பம் பற்றிய உங்களுடைய விளக்கம் சோசலிசப் பெண்கள் மிகவும் அக்கறை காட்டும் பிரச்சினையை கருத்தில் கொள்ளவில்லை. அதாவது, வேலை செய்யுமிடங்களிலும் அரசியலிலும் ஆண்கள் அடைந்துள்ள ஆதிக்கநிலைக்கும் வீட்டில் அவர்களுக்குள்ள அதிகாரத்துக்கும் உள்ள தொடர்பு பற்றி சோசலிசப் பெண்கள் அக்கறை காட்டி வந்துள்ளனர். 1830–களின் தொடக்கத்திலிருந்து பெண்களாகிய நாங்கள் வாழ்க்கையின் எல்லாத் துறைகளிலும் உள்ள ஏற்றத்தாழ்வு, அடக்குமுறை ஆகியவற்றை எதிர்க்க முயற்சி செய்துள்ளோம். அதன் காரணமாக எங்களில் பலர் பெரும் துன்பங்களுக்கு ஆளாகியுள்ளோம். எங்களுக்கு நீங்கள் அநீதி இழைத்துள்ளீர்கள். கம்யூனிஸ்டுகளின் போராட்டத்துக்கு அறிக்கையை நீங்கள் தயாரித்து வழங்கியுள்ளீர்கள். ஆனால் அதில் எங்கள் போராட்டங்களைப் பற்றி எதையுமே குறிப்பிடவில்லையே

‘ஆகாயத்தில் கோட்டை கட்டுவது[39] உங்களுக்குப் பிடிக்காது என்று எனக்குத் தெரியும். எங்களது செயல்பாடுகளின் அடிப்படைகள் நாங்கள் உருவாக்கியுள்ள கோரிக்கைகளின் பட்டியலை இங்கு தந்து என் கடிதத்தை முடித்துக் கொள்கிறேன். தன்.

★ பெண்களுக்கு சரிசமமான குடிமை உரிமைகள், அரசியல் உரிமைகள்,

★ தொழிலாளர் குழுக்களில் பெண்களுக்குச் சம பங்கேற்பு..

★ பெண்களுக்குச் சமஊதியம்; பெண்களுக்கு குறைந்த ஊதியம் தரப்படும் பழக்கத்தை நிறுத்துதல்; நீண்ட வேலை நேரத்தைக் குறைத்தல்; சில தொழில்களைச் செய்வதிலிருந்து பெண்களை விலக்கி வைத்தலை நிறுத்துதல்.

★ வீட்டில் வேலை செய்யும் பெண்களுக்குத் தொழிற் கூடங்களில் வேலைசெய்யும் தொழிலாளர்களுக்குத் தரப்படும் அதே விகிதத்தில் ஊதியம் வழங்குதல்.

★ வேலையில்லாத் திண்டாட்டம் உள்ள காலங்களில் வேலையைப் பகிர்ந்து கொள்ளுதல்.

---

39. Marx and Engels, The Manifesto of the Communist Party, p. 61 (CF001& Ilon ஃபூரியெ, அவர்களது ஆதரவாளர்கள் ஆகியோர் பற்றிய கம்யூனிஸ்ட் கடம் அறிக்கையின் விமர்சனத்தில் ‘ஆகாயத்தில் கோட்டை கட்டுதல்’ என்ற வாசகம் இடம் பெறுகிறது. மேலதிக விவரங்களுக்கு விளக்கக் குறிப்புகள் -11- காண்க.

* விலைமாதருக்கு மாற்று வேலை வாய்ப்பு.
* வேலை செய்யும் இடங்கள் எல்லாவற்றிலும் உணவு விடுதிகள், குழந்தைக் காப்பகங்கள்.
* மருத்துவச்சிகள் உட்பட அனைத்துப் பெண்களுக்கும் பயிற்சி மையங்கள்,
* வீட்டுவேலை செய்யும் பணியாட்கள் சந்திக்கவும் ஒழுங்கமைத்துக் கொள்ளவும் மையங்கள் ஏற்படுத்துதல்.
* பெண் தொழிலாளர்கள், ஆண் தொழிலாளர்கள் ஆகியோர் ஒன்றிணைந்து (தொழில் தொடங்க) மூலதனம் பெறுவதற்காக சங்கங்களை உருவாக்குதல்.
* நல்ல வேலை நிலைமைகள்.
* கடினமான காலங்களில் உழைப்பைக் கொடுத்து, அதற்குப் பதிலாக உணவையும் பாதுகாப்பையும் பெறுவதற்கான வழிமுறைகள்; இலக்கியம், கலை ஆகிய துறைகளில் பணியாற்றும் பெண் தொழிலாளர்களுக்கு உதவும் பொருட்டும், கலைகளில் ஈடுபாட்டை வளர்க்கவும் இலக்கிய, கலைச் சங்கத்தை உருவாக்குதல்; வேலையில்லாப் பெண்களுக்கும்கூட ஒரு சங்கத்தை உருவாக்குதல்.
* குழந்தைகள் உள்ள குடும்பங்கள், குழந்தைகளோடு தனியாக வாழும் தாய்மார்கள் அல்லது தந்தைமார்கள் வாழ்வதற்கேற்ற தோட்டமுள்ள, பெரிய, காற்றோட்டமான, பொது சமையல் அறைகள் உள்ள வீடுகள்.
* பொது உணவு விடுதிகள், குளியல் அறைகள், கூட்டம் கூடுவதற்கான பொது அறைகள், பொது நூலகங்கள், பொது குழந்தைக் காப்பகங்கள், பொழுதுபோக்குக்கான பொது இடங்கள்.
* பெண் குழந்தைகள் உட்பட அனைத்துக் குழந்தைகளுக்கும் இலவசமான பொதுக் கல்வியும் பயிற்சியும்.
* ஏழைக் கர்ப்பிணிப் பெண்களை மரியாதையுடன் நடத்தும் ஒரு சமூக நலத்திட்டம்.
* இலவசமான மருத்துவச் சேவை, மருத்துவச்சிகளுக்கு அரசு ஊதியம் வழங்குதல்.
* ஆண்களைச் சார்ந்துதான் பெண்கள் இருக்க வேண்டும் என்ற நிலைமையைப் போக்கும் வகையில் பெண்களுக்கு நிதியுதவி செய்கிற ஒரு சமூக நிதியம்.

★ விருப்பப்பட்டால் மட்டுமே பெண்கள் குழந்தைகளைப் பெற்றுக்கொள்ளுதல்.

மேற்சொன்ன சீர்திருத்தங்கள் நிறைவேற்றப்பட வேண்டுமானால் உழைக்கும் வர்க்கத்தினர் வசிக்கும் பகுதிகளிலிருந்து விலகிச் செல்லாமல், அவ்விடங்களிலேயே கிளர்ச்சிகள் செய்ய வேண்டியதன் தேவையை எனது கூட்டுவாழ்வுக் குழாம் அனுபவங்கள் உணர்த்தின, பெண்கள் உரிமைகளுக்கான கோரிக்கையை டொரோன்டோவில் எழுப்ப உத்தேசித்துள்ளேன், உழைக்கும் வர்க்கங்களைச் சேர்ந்த பெண்கள் தங்கள் வாழ்க்கை எவ்வாறு அமைய வேண்டும் என்பதை அவர்களே தீர்மானித்துக் கொள்வதற்கு வகை செய்கின்ற சமூக உரிமைகளைப் பெறுவதற்குப் பணியாற்றவும் முடிவு செய்துள்ளேன். எங்களுக்கு ஏற்பட்டுள்ள தோல்விகளைத் தாங்கிக் கொள்வது கடினமானதுதான். எனினும் அவற்றை எதிர்கொள்வதற்கான தைரியமும் கருத்துகளும் திட்டங்களும் எங்களிடம் உள்ளன. எங்களுடைய போராட்டம் உண்மையிலேயே சர்வதேசத் தன்மையுடையது.

சென்ற ஆண்டின் கோடைக்காலத்தில் நடந்த அமெரிக்கப் பெண்கள் மாநாட்டிற்கு போலின் ரோலானும் ழான் தெர்வானும் எழுதிய கடிதம் எனக்கு உற்சாகமூட்டுவதாக உள்ளது: அமெரிக்கச் சகோதரிகளே! குடிமைச் சமத்துவம், அரசியல் சமத்துவம் ஆகியவற்றுக்கான பெண்களின் உரிமைகளின் நியாயத்தை உயர்த்திப்பிடிப்பதில் பிரான்சிலுள்ள உங்களுடைய சோசலிசச் சகோதரிகள் உங்களோடு ஒன்றுபட்டுள்ளனர். ஒருமைப்பாட்டின் அடிப்படையில் உருவாக்கப்படும் கூட்டுறவின் வலிமையின் மூலமாகத்தான் – அதாவது, உழைப்பை ஒழுங்கமைப்பதில் உழைக்கும் வர்க்கங்களைச் சேர்ந்த ஆண், பெண் ஆகிய இரு பாலாரும் உருவாக்கும் சங்கத்தின் மூலமாகத்தான் – சமத்துவத்தையும், பெண்களின் குடிமை மற்றும் அரசியல் சமத்துவத்தையும், அனைவரது சமூக உரிமையையும் முழுமையாகவும் அமைதி வழியிலும் பெறமுடியும் என்று நாங்கள் ஆழமாக நம்புகிறோம்.[140]

'விடுதலைக்கான போராட்டத்தில்
உங்களுடன் உண்மையாக நிற்கும்
அன்னெத் தெவ்ரு

Deroin and Roland in eds. bell and Offen. Women the Family and Freedom. P. 289

வரலாற்றுப் பாத்திரங்கள் குறித்த விளக்கங்கள்

ழான்தெர்வான்: உடைகள் தயாரிப்பாளராக இருந்து சுய கல்வி மூலம் ஆசிரியராகியவர். குடியரசுவாதியான அவர் மீது சேன் – சிமோனின் கருத்துகள் தாக்கம் ஏற்படுத்தின. பெண்களின் செய்தியேடுகளான 'பெண்களின் குரல்' ((Voix des Femmes) என்பதை முதலிலும் பெண்களின் அரசியல்' (Politiques des Femmes) என்பதைப் பின்னரும் நடத்துவதில் ஈடுபட்டிருந்தார். பொறியியலாளர் ஒருவரைத் திருமணம் செய்துகொண்ட அவருக்கு மூன்று குழந்தைகள் பிறந்தன. அவர் கைது செய்யப்பட நேர்ந்ததற்குப் பிறகு, பிரிட்டனுக்குப் புலம் பெயர்ந்து சென்று அங்கு பிரெஞ்சு, ஆங்கிலம் ஆகிய இரு மொழிகளிலும் 'பெண்களின் நாட்குறிப்பு' (Almanach des Femmes) ஒன்றினை வெளியிட்டார். தனது வாழ்நாளின் இறுதியில் வில்லியம் மோரிஸின் 'சோசலிஸ்ட் கழகத்துடன்' (Socialist League) தொடர்பு கொண்டிருந்தார்.

போலின் ரோலான்: ஆசிரியராகப் பணியாற்றியவர். 1830–களின் தொடக்கத்தில் அவர் பாரிஸ் நகரில் சேன்–சிமோனியர் களிடையே வாழ்ந்து வந்தார். 1848– இல் அவர் சோசலிச ஆண், பெண் ஆசிரியர்கள், பேராசிரியர்கள் ஆகியோரின் சகோதரத்துவச் சங்க'த்தை (Fraternal Association of Socialist Male and Female Teachers and Professors) அமைத்தார். ஒரு ஆணுடன் கொண்டிருந்த தொடக்ககால உறவின் போது ஒரு குழந்தையும் மற்றொரு ஆணுடன் கொண்டிருந்த சுதந்திர உறவின் (free union)போது மூன்று குழந்தைகளும் அவருக்குப் பிறந்தன, 1848–ஆம் ஆண்டில் அவர், குழந்தைகளை வளர்க்க வேண்டிய பொறுப்பைச் சுமக்க வேண்டியிருந்ததையும் தனியாகத்

தாய் மட்டுமே பெற்றோர் பொறுப்பை மேற்கொள்வதில் உள்ள பாதுகாப்பின்மையையும் நினைத்து வருந்தினார். எனினும் 1850-ல் அவர் கைது செய்யப்பட்ட பிறகும்கூட திருமணம் பற்றிய தனது கருத்துகளை மறுதலிக்க மறுத்து விட்டார். 1851 – டிசம்பரில் லூயி நெப்போலியன் திடீர்ப் புரட்சி மூலம் அதிகாரத்தைக் கைப்பற்றிய பிறகு மீண்டும் கைது செய்யப்பட்ட அவர், தண்டனைக் கைதிகளுக்காக அல்ஜீரியாவில் அமைக்கப்பட்டிருந்த தண்டிக்கப்பட்டோர் குடியேற்றப் பகுதியொன்றுக்கு (penalal colony) அனுப்பப்பட்டார். பின்னர் பிரான்சுக்குத் திரும்பி வருகையில் காலமானார்.

ஃபாம் நிக்கோ: பெண் சலவைத் தொழிலாளிகள் சங்கத்தின் தலைவராக இருந்தவர்.

ஷார்ல்ஃபூரியெ: தொடக்க கால சோசலிசத் தத்துவவாதி. சிறிய கூட்டுறவுக் கூட்டு வாழ்வு குழாம்கள் உருவாக்கப் பட வேண்டும் என்ற கருத்தை முன்வைத்த அவர் அந்த அமைப்பிற்கு ஃபலாங்க்ஸ் '(phalanx) என்று பெயரிட்டார். அவரது கருத்துகள் ஆல்பர்ட் பிரிஸ்பேனால் (Clbert Brisbane) 1830-களில் அமெரிக்காவுக்கு எடுத்துச் செல்லப்பட்டு அங்கு பல கூட்டு வாழ்வுக் குழாம்கள் (Communities) அமைக்கப்பட்டன.

ஹெலன் மக்ஃபர்லேன்: கம்யூனிஸ்ட் கட்சி அறிக்கை'யை 'சிவப்புக் குடியரசுவாதி' பத்திரிகையில் ஆங்கிலத்தில் மொழியாக்கம் செய்தவர். சார்லஸ் ஆன்டெர்ஸன் டானா (Charles Anderson Dana): ஃபூரியெவிசத்தை அமெரிக்காவில் பரப்பிய தத்துவவாதி. 'நியூயார்க் டெய்லி ட்ரிப்யூன்' என்ற நாளேட்டின் ஆசிரியராக இருந்த அவர், மார்க்ஸைச் சந்தித்துத் தனது நாளேட்டில் தொடர்ந்து எழுதுமாறு அவரைக் கேட்டுக் கொள்வதற்காக பிரிஸ்பேனுடன் ஜெர்மனியிலுள்ள கொலோன் (Cologne) நகருக்கு 1848-ஆம் ஆண்டுக் கோடைக் காலத்திலும் பின்னர் 1852-ஆம் ஆண்டிலும் சென்றார்.

ஜென்னி மார்க்ஸ்: திருமணமான புதிதில் 1843- இல் பாரிஸ் நகரில் வாழ்ந்துவந்தார். அவரும் மார்க்சும் அர்னால்ட் ரூகேவுடனும் (Arnold Ruge), அவரது மனைவியுடனும் ஒரு கூட்டு வாழ்வில்லத்திற்குக் (communal house) குடிபோனார்கள். ஆனால் திருமதி மார்க்ஸால் திருமதி ரூகேவுடன் ஒத்துப்போக முடியவில்லை. திருமதி மார்க்ஸுக்கு, தனது கணவர் மார்க்சின் நண்பரும் கவிஞருமான ஜார்ஜ் ஹெர்வேயின் (Georg Herwegh)

மனைவி எம்மா ஹெர்வேயைப் (Emma Herwegh) பிடித்திருந்தது. மரபொழுக்கக் கட்டுப்பாடுகளுக்கு இணங்காத கவிஞரின் நடத்தை முறைகளை திருமதி மார்க்ஸால் ஏற்றுக்கொள்ள முடியவில்லை. தன்னை வசியப்படுத்த ஹெர்வே செய்த முயற்சிகளை அவர் நிராகரித்தார். ஆண்– பெண் சுதந்திர உறவு பற்றி பாரிசில் நடந்து வந்த விவாதங்கள் அவருக்குத் திகைப்பேற்படுத்தின. *1847*–இல் அவர், 'கம்யூனிஸ்ட் கழகத்துடன்' (Communist League) சேர்ந்து பணியாற்றுமாறு மார்க்ஸை ஊக்குவித்தார். பெல்ஜியம் தலைநகரான பிரஸ்ஸெல்ஸ் நகரிலிருந்த 'ஜெர்மானியத் தொழிலாளர் சங்க'த்தின் (German Workers Party) கிறிஸ்துமஸ் விருந்தொன்றுக்கான தயாரிப்புப் பணிகளைச் செய்து கொண்டே 'கம்யூனிஸ்ட் கட்சி அறிக்கையைப் படியெடுத்துக் கொடுத்தார். அவர் காவிய, கவிதை வரிகளை நாடக பாணியில் ஒப்பித்துக் காட்டும் பல நிகழ்வுகளிலொன்று அவ்விருந்தின்போது நிகழ்ந்தது. *1845*–இல் மார்க்ஸும், திருமதி மார்க்ஸும் புலம் பெயர்ந்து பிரஸ்ஸெல்ஸில் வாழ்ந்து கொண்டிருந்தபோது, ஹெலென் டெமூத் (Helen Demuth) என்ற *25* வயது இளம் பெண் அவர்களிடம் ஒரு பணிப்பெண்ணாகச் சேர்ந்தார். *1851*–இல் அவர் கார்ல் மார்க்ஸின் மகனைக் கருத்தரித்தார்.

ஃப்ரெட்டி டெமூத் (Freddy Demuth) என்றழைக்கப்பட்ட அக்குழந்தை இலண்டனிலுள்ள ஹாக்னி (Hackney) என்ற இடத்தில் ஒரு தொழிலாளி வர்க்கத் தம்பதியால் வளர்க்கப் பட்டது.

எதியென்காபெ (Etienne Cabet): 'ஐகேரியாவுக்கான பயணம்' (Voyage en Icarie) என்ற நூலை எழுதியவர். *1840*–களில் அவர் கம்யூனிச ஆதரவாளர் என பிரான்சில் நன்கு அறியப்பட்டிருந்தார். அவரைப் பின்பற்றியவர்கள் 'ஐகேரியர்கள்' என அழைக்கப்பட்டனர். *1841*–இல் அவர் இன்றைய சமுதாயத்திலும் கூட்டு வாழ்வுக்குழாமிலும் பெண்' (Women in the Present Society and inthe Community) என்ற நூலில், திருமண முறையையோ அல்லது குடும்பத்தையோ சோசலிசம் ஒழித்துக் கட்டி விடும் என்ற கருத்தை மறுத்தார். பின்னர் அவர் அமெரிக்காவிலுள்ள டெக்ஸாஸ்மாகாணத்தில் ஒரு கற்பனாவாதக் கூட்டு வாழ்வுக் குழாமொன்றை உருவாக்கினார். லூக்ரிஷியாமோட் அடிமை ஒழிப்பு இயக்கத்தைச் சேர்ந்தவர்.

பெண்கள் உரிமைகளை ஆதரித்த அவர், பிரெஞ்சு நாட்டின் சோசலிசப் பெண்களுடன் தொடர்பு கொண்டிருந்தார்.

சோஜோர்னர் ட்ரூத்: ஒரு முன்னாள் அடிமை; இடம் விட்டு இடம் சென்று கிறிஸ்தவ சமய அறிவுரைகளை உபதேசித்து வந்தவர். 1843–44–இல் அமெரிக்காவின் மாஸ்ஸாசூஸெட்ஸ் மாகாணத்திலுள்ள நார்த்தாம்ப்டனிலிருந்த கூட்டு வாழ்வு இயக்கத்தில் சேர்ந்தார். வில்லியம் லாயிட் கார்ரிஸன் (William Lloyd Garrison), ஃப்ரெடரிக் டக்ளஸ் (Frederic Douglas) ஆகியோரின் கருத்துகள் சோஜோர்னர்ட்ரூத் மீது தாக்கம் செலுத்தின. 1850–இல் தனது வாழ்க்கையனுபவத்தை அவர் எடுத்துரைக்க மற்றொருவர் அதனை எழுதினார். 1851–இல் அமெரிக்காவின் ஒஹையோ மாகாணத்திலுள்ள அக்ரானில் நடந்த பெண்கள் உரிமைகள் மாநாட்டில் கலந்து கொண்டார்.

லூயிஸ் ஓட்டோ: 1847– இல் ஜெர்மனியில் பெண்கள் கல்வியை (விஞ்ஞானம், உடற்பயிற்சி ஆகியனவும் உள்ளடக்கிய கல்வியை) ஆதரித்துப் பேசிவந்தார். 1848–ஆம் ஆண்டு ஜெர்மானியப் புரட்சியின்போது 'பெண்கள் நாளேடு' (Frauen Zeitung) என்ற செய்தியேட்டை நடத்தி வந்தார். 1852–ஆம் ஆண்டு வரை அந்த நாளேடு வந்து கொண்டிருந்தது. அரசியலில் பெண்கள் ஆற்ற வேண்டிய சிறப்புக் கடமை இருப்பதாகக் கருதிய அவர், உழைக்கும் ஏழைப் பெண்கள் தனது பத்திரிகையில் எழுத வேண்டும் என்று விரும்பினார்.

தெஸெரே வெரே: (பிற்காலத்தில், தெஸெரேக்ரே) பெண்கள் அணியும் தொப்பிகளைத் தயாரித்து வந்தவரான அவர் சேன்–சிமோனியக் கருத்துகளால் கவரப்பட்டார். 1832–இல் 'சுதந்திரப்பெண்' (La Femme Libre) என்ற பத்திரிகையோடு சம்பந்தப்பட்டிருந்தார். இலண்டனுக்குச் சென்று ஓவனைட்டுகளுடன் தொடர்பு ஏற்படுத்திக் கொண்ட அவர், அவர்களிலொருவரான ஜூலியன் க்ரே (Julian Gray) என்பவரைத் திருமணம் செய்து கொண்டார். வேலை செய்யும் இடங்களை (work place) ஜனநாயகப்படுத்துதல் என்பதில் தனி அக்கறை கொண்டிருந்த அவர், 1848–இல் தேசியப் பட்டறைகளில் பெண்களுக்கு சமத்துவம் இல்லாமல் இருப்பதற்கு எதிரான போராட்டத்தினை வழிநடத்தினார். லினென் ஆடை தைக்கும் தையல் தொழில் செய்துவந்த பெண்களின் சங்கமொன்றை அமைப்பதற்கு உதவி செய்தார்.

லூயி நெப்போலியன் அதிகாரத்தைக் கைப்பற்றிய பிறகு முதலில் ஸ்விட்ஸர்லாந்துக்கும் பின்னர் பெல்ஜியத்திற்கும் புலம்பெயர்ந்தார்.

சூஸான் வால்கென்: சேன் – சிமோனிய இயக்கத்தில் ஈடுபட்டவர். ஆண்களிடமிருந்து அடிப்படையிலேயே வேறுபட்ட பண்புகள் பெண்களிடம் உள்ளன என்றும் சோசலிஸ்டுகள் ஒரு புதிய அறவொழுக்கத்தைப் புகுத்த வேண்டியிருக்கும் என்றும் கருதினார். 1848–இல் 'ஒன்றுபட்ட மருத்துவச்சிகள் சங்கம்' (United Midwives) என்ற அமைப்பை உருவாக்கினார். தாய்மைப்பேறு மருத்துவத்தில் ஈடு பட்டுள்ள ஆண்களுக்கு (male obstetricians) நிகரான ஊதியமும் பயிற்சியும் மருத்துவச்சிகளுக்குத் தரப்பட வேண்டும் என்ற கோரிக்கையை அந்த அமைப்பு எழுப்பியது. ஒரு கூட்டு வாழ்வுக் குழாமில் வாழ்வதன் பொருட்டு அவர் அமெரிக்காவுக்குச் சென்றார். க்ளேர் தெமார்: 1832 ஆம் ஆண்டில் பெண்கள் வாக்குரிமை பெறுவதற்காக பொதுமக்களுக்குப் பெண்கள் விடுவிக்கும் அறைகூவல்' என்ற கட்டுரையை எழுதினார். அவர் இறந்த பிறகு 'எனது எதிர்காலச் சட்டம்' (Ma Loi d' Avenir) என்ற நூல், அவருடன் ஆழமான கருத்து வேறுபாடுகளைக் கொண்டிருந்த சூஸான் வால்கானாலேயே பிரசுரிக்கப்பட்டது. சேன் – சிமோனியப் பெண்களிடமிருந்து தனிமைப்பட்டுப் போன க்ளேர் தெமார் தனது காதலனுடன் தற்கொலை செய்துகொண்டார்.

ஃப்ளோரா ட்ரிஸ்டான்: கல்அச்சுப் பட்டறையில் வண்ணங்கள் குழைப்பவராக வேலைசெய்து வந்தார். அப்பட்டறை உரிமையாளரைத் திருமணம் செய்துகொள்ள வேண்டிய கட்டாயத்திற்கு உள்ளாகி மகிழ்ச்சியற்ற வாழ்க்கையை வாழ்ந்து வந்தார். ஏற்கனவே இரண்டு ஆண் குழந்தைகள் பிறந்து மீண்டும் கர்ப்பிணியாகிய நிலையில் அங்கிருந்து தப்பியோடினார். குழந்தைகளைப் பராமரிக்க முடியாததால் பணிப்பெண்ணாகவும் பயணம் செய்வோருக்குப் பயணத் துணைவராகவும் வேலை செய்தார்.

1830–களில் பிரான்சின் சோசலிச வட்டாரங்களில் தீவிரமாகச் செயல் பட்டு வந்த அவர், ஓவனைட்டுகளுடனும் சாசனவாதிகளுடனும் தொடர்பு ஏற்படுத்திக் கொண்டு 1840–களில் தொழிலாளர்கள் நிலைமைகள் பற்றி விரிவாக எழுதியும் பேசியும் வந்தார். தொழிலாளர் சங்கம் அமைக்கப்பட

வேண்டும் என்று 1843-இல் வாதாடி வந்தார். 1844- இல் சோர்வும் சலிப்புமூட்டுகிற ஒரு பயணத்தின் போது இறந்து போனார்.

பிராஸ்பெர் ஆன்பான் தென்: ஒரு சேன் –சிமோனியத் தலைவரும் தத்தவவாதியுமாவார். ஒரு பெண் இரட்சகர் (Women Messiah) உருவாக வேண்டும் என்று கூறிவந்த அவர் மரபான ஒழுக்க நெறிகளை எதிர்த்தபோதிலும், தனது சொந்த அதிகாரத்துவ (anthoritarian) ஒழுக்க நெறிகளை சேன் –சிமோனியக் குழுக்களில் இருந்த பெண்கள் மீது திணிக்க முயன்றார்.

விளக்கக் குறிப்புகள் - 1

1848-49-ஆம் ஆண்டு ஐரோப்பியப் புரட்சியும் 'கம்யூனிஸ்ட் கட்சி அறிக்கை'யின் அரசியலும்

'கம்யூனிஸ்ட் கட்சி அறிக்கை' எழுதப்பட்ட காலம், அதன் உள்ளடக்கத்தில் தாக்கம் ஏற்படுத்திய குறிப்பிட்ட வரலாற்றுச் சூழ்நிலைகள் ஆகியனவற்றைச் சற்று விரிவாகக் காணவேண்டும்.

மேற்கு ஐரோப்பாவில் தொழில்துறை முதலாளியமும் நவீனப் பாட்டாளி வர்க்கமும் தோன்றிய போது கூடவே பல்வேறு வகையான சோசலிச இயக்கங்களும் தோன்றின. பதினேழாம் நூற்றாண்டில் இங்கிலாந்திலிருந்த வின்ஸ்டான்லி என்பாரின் 'தோண்டுபவர்கள்' (Diggers) என்ற இயக்கமும் 18-ஆம் நூற்றாண்டில் பிரெஞ்சுப் புரட்சியின் தொடர்ச்சியாக கம்யூனிஸ்ட் புரட்சியை உருவாக்க விரும்பிய கிராச்சஸ் பாபெஃப் என்பாரின் இயக்கமும் தோன்றின. எனினும் அவை அரசியல், சமூகக் களத்தில் முதன்மை நீரோட்டங்களாக விளங்கவில்லை. 19-ஆம் நூற்றாண்டில்தான் பாட்டாளி வர்க்கம் குறிப்பிடத்தக்க அரசியல் உரிமை பெறத் தொடங்கியது. பல்வேறு சோசலிசக் கட்சிகள் தோன்றின.

நவீன சோசலிசச் சிந்தனையின் முன்னோடிகள் என்றும் கற்பனாவாத சோசலிசத் தத்துவவாதிகள் என்றும் கருதப்படும் சேன் – சிமோன் (Saint – Simon), ஷார்ல் ஃபூரியெ (Charles Fourier), ராபர்ட் ஓவன் (Robert Owen) ஆகியோரின் படைப்புகளும் அவர்களது இயக்கங்களும் தோன்றின. ஆயினும் அவர்கள் எல்லோருடைய படைப்புகளையும் விட முதலாளியத்தை ஆழமாகவும் முறையாகவும் திறனாய்வு செய்கிற கருத்துகளை மார்க்சும் ஏங்கல்சும் வெளியிடத் தொடங்கினர்.

1848–49 –ஆம் ஆண்டுகளில் ஐரோப்பாவில் பல பகுதிகளில் ஒரு புரட்சிகர நிலைமை உருவாகி, பாட்டாளி வர்க்கம் அரசியல் போராட்டக் களத்தில் நுழைந்து கொண்டிருந்த சமயத்தில்தான் 'கம்யூனிஸ்ட் கட்சி அறிக்கை ' (Manifesto of the Communist Party), 'கம்யூனிஸ்ட் கழகம்' (The communist League) என்ற அமைப்பின் வேண்டுகோளுக்கு இணங்க எழுதப்பட்டது. 1847–ஆம் ஆண்டு ஏங்கல்சால் எழுதப்பட்ட 'கம்யூனிசத்தின் கொள்கைகள்' (Principles of Communism) என்பதை முன்வரைவாகக் கொண்டு முழுக்கமுழுக்க மார்க்ஸ் தனது சொந்த நடையில் எழுதிய அந்த அறிக்கை 1848–ஆம் ஆண்டு பிப்ரவரியில் இலண்டனில் வெளியிடப்பட்டது.

மார்க்சும் ஏங்கல்சும், ஒரு சோசலிசப் புரட்சியோ அல்லது பாட்டாளி வர்க்கப் புரட்சியோ உடனடியாக வரப்போவதாகக் கருதி அதனை எழுதவில்லை. அவர்கள் காலத்தில் இருந்த முதலாளியம் நாம் இன்று காணும் வளர்ச்சியடைந்த முதலாளியம் அல்ல. முதலாளியத்தின் உள்ளுறையாற்றல்களைப் பற்றியே அவர்கள் எழுதினர். 1848–ஆம் ஆண்டு நிகழ்ச்சிகளும் தோல்விகளும், அந்த ஆண்டில் நடந்த புரட்சியைவிட மேலான, நீண்ட கால வளர்ச்சிக்கு, ஒரு 'நிரந்தரப் புரட்சி'க்கு இட்டுச் செல்லும்; பூர்ஷ்வாக் குடியரசையும் கடந்த பாட்டாளி வர்க்க ஆட்சிக்கு, சோசலிசத்திற்கு இட்டுச்செல்லும் என்று நம்பினர்.

புரட்சி அலை ஐரோப்பா முழுவதிலும் வீசிய ஆண்டு அது. அறிக்கை வெளியிடப்பட்ட சமயத்தில் தான் அப்புரட்சியும் தொடங்கிற்று என்றாலும் அறிக்கையினால்தான் அது நடந்தது என்று கூற முடியாது. இங்கிலாந்து தவிர்த்த ஐரோப்பாவின் பிற பகுதிகளிலிருந்து தென் அமெரிக்கா வரை பரவிய அப்புரட்சி அலையின் காரணமாக பல்வேறு அரசாங்கங்கள் ஒன்றன்பின் ஒன்றாகச் சரிந்து விழுந்தன. குறுகிய காலமே அப்புரட்சி நடந்தது என்றாலும் அது ஒரு சர்வதேசப் புரட்சியின் முன் அறிவிப்பு என்ற முறையில் ஏராளமான நம்பிக்கைகளையும் பீதிகளையும் உருவாக்கியது.

1848–இல் நடந்த புரட்சி சோசலிசப் புரட்சியோ அல்லது முதலாளியத்திற்கு எதிரான புரட்சியோ அல்ல. மேலும், இன்று நாம் 'பூர்ஷ்வா ஜனநாயகப் புரட்சி' என்று கூறுகிறோமே, அதாவது நிலப் பிரபுத்துவத் தளைகளிலிருந்து முதலாளியத்தை விடுவிக்கும் புரட்சி என்று கூறுகிறோமே – அத்தகைய புரட்சியும்

அல்ல. 1848-இல் அந்தப் புரட்சியை நடத்திய பூர்ஷ்வா வர்க்கம் என்பது ஒரேபடித்தான (homogenous) முதலாளி வர்க்கம் அல்ல. அவர்களில் முதன்மையானவர்கள் அரசு ஊழியர்கள், சுயதொழில் செய்து வந்த நடுத்தர வர்க்கங்கள், அறிவு ஜீவிகள் ஆகியோரேயாவர். தொழிற்துறை மிகவும் வளர்ச்சி யடைந்திருந்த நாடுகளிலும்கூட, அதிகாரத்தில் இருந்தோரை எதிர்த்த தொழிற்துறைப் பூர்ஷ்வாக்கள் எண்ணிக்கையில் சிறியவர்களாகவும் ஒப்பீட்டளவில் பலம் குறைந்தவர்களாகவும் இருந்தனர். பல்வேறு வகைப்பட்ட பொருண்மை நலன்களைக் கொண்ட மக்கள் பிரிவினரின் ஆதரவின்றி, தாமே தனியாக நின்று ஆளும் வர்க்கத்தை எதிர்த்துப் போராடக்கூடிய வலிமை அவர்களிடம் இருக்கவில்லை.

அந்தப் புரட்சிகளில் பங்குகொண்டு, தெருக்களில் இறங்கிச் சண்டைகளிட்டு மடிந்த 'வெகுமக்கள்' என்பவர் யார்? அவர்கள் எல்லாருமே 'பூர்ஷ்வாக் குடியரசு' 'முற்போக்கு அரசு' என்ற குறிக்கோளைத் தாண்டி சோசலிசத்தை அடையும்வரை 'நிரந்தரப் புரட்சி செய்கிற நவீனப் பாட்டாளி வர்க்கம் அல்ல. மாறாக, அம்மக்கள் திரளில் சிறுபகுதியினர் நவீனப் பாட்டாளி வர்க்கத்தினராக போதிலும், சுதந்திரமான கைவினைஞர்கள், சிறு கடைக்காரர் விவசாயிகள், பொருளாதார வளர்ச்சி ஏற்பட்டிருந்த நகரங்களிலிருந்த வேலையற்றோர், நகர்ப்புற ஏழைகள் ஆகியோரும் அந்த 'வெக மக்களில் அடங்குவர். பிரிட்டனில் மட்டுமே வளர்ச்சியுற்ற பாட்டாளி வர்க்கம் இருந்தது. பிரான்சிலும் ஜெர்மனியிலும் வளர்ச்சி நிலையில் பாட்டாளி வர்க்கம் இருந்தது.

ஆனால் தனது சக்திக்கு மீறிய பாதிப்புகளை அந்நாடுகளில் ஏற்படுத்திய பாட்டாளி வர்க்கம், ஒரு வெற்றிகரமான புரட்சிக்குத் தேவையான சமுதாய அடித்தளத்தை வழங்கும் நிலையில் இருக்கவில்லை. 'பூர்ஷ்வா ஜனநாயகப் புரட்சிக்கு வேண்டிய பலமான சமூக அடித்தளம் இருக்கவில்லை. பூர்ஷ்வா ஜனநாயக புரட்சிக்கு வேண்டிய பலமான சமூக அடித்தளம் இருக்கவில்லை. புரட்சி இயக்கங்கள் வெகுமக்களைத் திரட்டுவதைச் சார்ந்தே இருந்தன. வெகுமக்களைத் திரட்டுவதில் உள்ள அபாயங்களை பூர்ஷ்வா முற்போக்குவாதிகளும் பூர்ஷ்வாப் புரட்சியாளர்களும் வெகுவிரைவில் உணர்ந்து கொண்டனர். அதன் காரணமாகவே, ஜனநாயகம், முற்போக்கு ஆகியவற்றைப் படிப்படியாகக் கைவிட்டு விட்டு, பிற்போக்கான

நிலைப்பாட்டினை மேற்கொள்ளத் தொடங்கினர். புரட்சியில் பங்கேற்ற எந்தவொரு சமூக வர்க்கத் திற்கும் - சமூகப் பிரிவிற்கும் தன்னுடைய நிலையான ஆட்சியை நீடிக்க வைப்பதற்கான பலம் இல்லாமலிருந்ததுதான் புரட்சியின் தோல்விக்குக் காரணம் என்று கூறலாம்.

அன்று முதலாளியம் நன்கு வளர்ச்சியடைந்திராத ஐரோப்பிய நாடுகளில் அடித்துக் கொண்டிருந்த புரட்சி அலைக்கு ஒரு பொதுவான குறிக்கோள் (நிலப்பிரபுத்துவ, முடியாட்சி அமைப்புகளையும் பிற பிற்போக்குச் சக்திகளையும் ஒழித்துக்கட்டுதல்) இருந்தபோதிலும் அந்த ஐரோப்பியப் புரட்சி ஒவ்வொரு ஐரோப்பிய நாட்டிலும் அந்நாட்டிற்கே உரிய குறிப்பிட்ட குறிக்கோள்களை கொண்டிருந்தது.

ஜெர்மனியிலும் இத்தாலியிலும் 1848-49-ஆம் ஆண்டும் நடந்த புரட்சியின் முதன்மையான குறிக்கோள், பிளவுண்டு கிடந்த அந்த நாடுகளை ஒன்றிணைத்து தேச அரசுகளை (Nation உருவாக்குவதாகும். இத்தாலியின் வடபகுதி ஆஸ்திரியப் பேரரசின் ஆதிக்கத்துக்குட்பட்டிருந்தது. போலந்து நாடு, ஜெர்மனி, ஆஸ்திரியா, ஜார் ரஷ்யா ஆகிய மூன்று நாடுகளாலும் கூறுபோடப்பட்டிருந்த ஹங்கேரி, ஆஸ்திரியப் பேரரசின் கீழ் உழன்று கொண்டிருந்தது. எனவே ஆஸ்திரியாவில் 1848-49-ஆம் ஆண்டுகளில் நடந்த புரட்சியின் நோக்கம், அங்கிருந்த ஹாப்ஸ்பர்க் நகரத்தைத் தலைநகராகக் கொண்டிருந்த ஆஸ்திரிய முடியாட்சியை ஒழித்துக் கட்டி, தேசிய அடிமைத்தனத்திலிருந்து ஒடுக்கப்பட்ட மக்களை விடுதலை செய்வதாக இருந்தது.

1848-49-ஆம் ஆண்டுகளில் பிரான்சில் நடந்த புரட்சியில் பங்கேற்ற சமூகச் சக்திகளின் அகநிலை விருப்பங்கள் பலவகைப்பட்டவையாக இருந்தன. ஆனால் அதன் புறநிலை விளைவோ, பூர்ஷ்வா வர்க்கத்தின் குறிப்பிட்ட பிரிவினர் மட்டும் அரசதிகாரத்தைச் செலுத்திவந்த நிலையை ஒழித்துவிட்டு, ஒட்டுமொத்தமான பூர்ஷ்வா வர்க்கத்தின் (அதன் அனைத்துப் பிரிவுகளினதும்) ஆதிக்கத்தை நிறுவு வதாக அமைந்தது. அதற்கு முன் பிரெஞ்சு மன்னன் லூயி பிலிப்பின் கீழ் நிதி மூலதனப் பிரபுக்கள் (Finance Aristocracy) என அழைக்கப் பட்டவர்கள் மட்டுமே (வங்கி முதலாளிகள், பங்குச் சந்தை முதலாளிகள், ரயில்வே உடைமையாளர்கள், நிலக்கரிச் சுரங்கங்கள், இரும்புச் சுரங்கங்கள், காடுகள் ஆகியவற்றின் உடைமையாளர்கள்) ஆதிக்கம் செலுத்தி வந்தனர்.

1848–ஆம் ஆண்டில் வெளியிடப்பட்ட கம்யூனிஸ்ட் கட்சி அறிக்கை கூறுவதாவது: "கம்யூனிஸ்ட்கள் எந்தவொரு நாட்டிலும் தனியொரு கட்சியாக அமையமாட்டார்கள். மாறாக, பல்வேறு நாடுகளில் உள்ள ஜனநாயகப் பாட்டாளி வர்க்க இயக்கங்களின் முன்னணிப் படையாகச் செயல்படுவர். இங்கிலாந்தின் சாசன இயக்கத்திலும், அமெரிக்கா, போலந்து ஆகியவற்றின் விவசாயி சீர்திருத்தவாதிகளிடையேயும், ஸ்விட்சர்லாந்து, பிரான்ஸ் ஆகிய வற்றின் நடுத்தர வர்க்கத் தலைமையின் கீழுள்ள தீவிரவாதிகள், சோசலிச ஜனநாயகவாதிகள் ஆகியோரிடையேயும் ஜெர்மனியில் பூர்ஷ்வா புரட்சியை ஆதரிக்கும் ஜனநாயகவாதிகளிடையேயும் கம்யூனிஸ்டுகள் முன்னணிப் படையாகச் செயல்படுவர்." "நிலப் பிரபுத்துவத்திற்கு எதிரான தனது போராட்டத்தில் பூர்ஷ்வாவர்க்கமே பாட்டாளி வர்க்கத்தை ஒழுங்கமைக்கும் என்பதை மார்க்ஸ் புரிந்துகொண்டார். பூர்ஷ்வா ஜனநாயகப் புரட்சி, பூர்ஷ்வா வர்க்கத்துடன் நேரடியாக வர்க்கப் போராட்டம் நடத்துவதற்குப் பாட்டாளி வர்க்கம் தன்னை ஒழுங்கமைத்துக் கொள்வதற்கான பாதையை உருவாக்கும் என்று கூறினார். ஜெர்மானியப் புரட்சி குறித்து மார்க்ஸ் கூறியவை கீழ்வருமாறு:

"பூர்ஷ்வா வர்க்கம் புரட்சிகரமான வழியில் செயல்பட்டுக் கொண்டிருக்கும்வரை கம்யூனிஸ்டுகள் தமது தனிச்சிறப்பான கோரிக்கைகளைக்கூட மட்டுப்படுத்திக் கொண்டு, அவ்வர்க்கத்திற்கு ஆதரவளிக்க வேண்டும். அதே சமயம் அவ்வர்க்கத்திற்கு எதிரான பகைமையைப் பாட்டாளி வர்க்கத்திடம் வளர்ப்பதைத் தொடர்ந்து செய்ய வேண்டும். பூர்ஷ்வாவர்க்கத்தை எதிர்த்துப் போராடுவதற்கான சமூக, அரசியல் நிலைமைகளை அந்த வர்க்கமே உருவாக்கித்தரும், நிலப்பிரபுத்துவ மற்றும் இதர பிற்போக்குச் சக்திகள் வீழ்ச்சியடைந்த நாள் முதற்கொண்டே மேற்சொன்ன நிலைமைகளைப் பாட்டாளி வர்க்கம் தனது விடுதலைக்காகப் பயன்படுத்த வேண்டும். ஜனநாயகத்திற்கான போராட்டத்தில் பாட்டாளிவர்க்கம் வெற்றியடையச் செய்வதன் மூலம் அது ஆளும் வர்க்கமாக ஆவதற்குக் கம்யூனிஸ்டுகள் உதவி செய்ய வேண்டும் 'ஜனநாயகம்' என்று மார்க்ஸ் இங்கு கூறுவது நாடாளுமன்ற ஜனநாயகவடிவில் உள்ள பெயரளவிற்கான ஜனநாயகமல்ல. மாறாக, தொழிலாளர்கள், விவசாயிகள், குட்டி பூர்ஷ்வாக்கள் ஆகியோரடங்கிய ஒரு வர்க்கக் கூட்டணியாகும்.

அது மிகப் பெரும்பான்மையினரின் நலன்களுக்கான மிகப் பெரும்பான்மையினரின் இயக்கமாகும்.

1789–ஆம் ஆண்டு பிரான்சில் தொடங்கிய புரட்சியும் அதன்பிறகு அந்நாட்டில் ஏற்பட்டு வந்த மாற்றங்களும் பாட்டாளி வர்க்கப் புரட்சி பற்றிய மார்க்சின் (மற்றும் ஏங்கல்சின்) சிந்தனையில் பெருந்தாக்கத்தை ஏற்படுத்தின. எனவே அப்புரட்சி குறித்துச் சில அடிப்படையான உண்மைகளை இங்கு சொல்வது பொருத்தமானதாகும்.

1789–ஆம் ஆண்டுப் பிரெஞ்சுப் புரட்சி, தனிச்சிறப்புடைய 'பூர்ஷ்வாப் போராட்டம்' என்பதை நாம் 'பூர்ஷ்வா ஜனநாயகப் புரட்சி' என தற்காலத்தில் புரிந்து கொள்ளப்படும் ஒரு புரட்சியோடு சேர்த்துக் குழப்பிக் கொள்ளக்கூடாது. 1789–ஆம் ஆண்டுப் பிரெஞ்சுப் புரட்சி, முதலாளியத்தோடு ஒரு சிறிதும் தொடர்பு கொண்டது அல்ல. 'புரட்சிகர பூர்ஷ்வாக்கள்' என்று சொல்லப்பட்டவர்கள் முதலாளிகளோ (Capitalists) அல்லது முதலாளியத்திற்கு முந்திய வாணிப வர்க்கங்களோ அல்ல. மாறாக அரசு அலுவலர்கள், சுயதொழில் கொண்ட நடுத்தர வர்க்கங்கள் ஆகியோர்தான் அந்தப் புரட்சிகர பூர்ஷ்வாக்கள், அவர்களின் புரட்சிகரக் குறிக்கோள் முதலாளியத்தை விடுவிப்பதல்ல. மாறாக, குடிமக்களின் சமத்துவம், மனித வளர்ச்சி, அறியாமையையும் மூட நம்பிக்கையையும் ஒழித்தல், 'திறமையுள்ள அனைவருக்கும் வேலை' என்பனவற்றை நிறைவேற்றுவதுதான். அவர்களுடைய பொருளாதார நலன்கள் முதலாளிகளின் நலன்களிலிருந்து வேறுபட்டவையாக இருந்தன. எனினும் 1789–ஆம் ஆண்டுப் பிரெஞ்சுப் புரட்சி, பல்வேறு கட்டங்களினூடாகவும், மாற்றங்களினூடாகவும் சென்று ஒட்டுமொத்தமான முதலாளி வர்க்கத்தின் ஆட்சிக்கு வழிகோலியது. அது குறித்துப் பின்னர் விரிவாகக் காண்போம்.

1780–களின் இறுதியில் பிரெஞ்சு நாட்டின் பொருளாதார நிலைமை சீர்கெட்டதால் ஒரு புரட்சிகரக் கொந்தளிப்பு ஏற்பட்டது. நீண்டநாட்கள் கூட்டப்படாமலிருந்த அந்த நாட்டின் பொது அவை (Etats Generaux) உடனடியாகக் கூட்டப்பட்டு பொருளாதாரப் பிரச்சினை விவாதிக்கப்பட வேண்டும் என்ற கோரிக்கை பரந்துபட்ட மக்களால் எழுப்பப்பட்டது. அம்மக்கள் அன்று அந்நாட்டில் மூன்றாம் வகுப்பு என்றழைக்கப்பட்டவர்களாவர். அச்சமயம் பிரெஞ்சு

நாட்டு மக்கள் மூன்று வகுப்புகளாகப் பாகுபடுத்தப் பட்டிருந்தனர். மத குருமார்கள் முதல் வகுப்பினர். நாட்டுக்கும் மக்களுக்கும் அரசருக்கும் நல்வாழ்வு உண்டாவதற்காகக் கடவுளை வேண்டுபவர்கள்! அரசின் ஆலோசகர்களாகவும், இராணுவத்தில் உயர்தளபதிகளாகவும் அரசாங்கத்தில் பெரிய அதிகாரிகளாகவும் பணியாற்றி வந்த பிரபுக்கள் இரண்டாம் வகுப்பினர். அந்த இரண்டு வகுப்புகளுக்கும் பல சிறப்புரிமைகளும் சலுகைகளும் இருந்தன. அவற்றில் முதன்மையானது அவர்களுக்குத் தரப்பட்ட வரிவிலக்காகும். நாட்டின் மூன்றாம் வகுப்பு என்பது கிராமப்புற, நகர்ப்புற பூர்ஷ்வாக்கள் மட்டுமல்லாது பிற எல்லா மக்களையும் உள்ளடக்கிய தாகும். பிரெஞ்சுப் புரட்சியின்போது பூர்ஷ்வாக்களால் அணிதிரட்டப் பட்ட வெகுமக்கள் என்பவர்கள் 'அரைகுறை ஆடையணிந்தவர்கள்' (Sans Culotte) என்றழைக்கப்பட்டனர். அதாவது முதலிரண்டு வகுப்பினரையும் பூர்ஷ்வாக்களையும் போல அவர்கள் முட்டிவரை உள்ளாடைகள் அணியும் பழக்கம் இருக்கவில்லை . Culotte என்றழைக்கப்பட்ட உள்ளாடை அந்தஸ்துச் சின்னமாகக் கருதப் பட்டது. முதலிரண்டு வகுப்புகளுக்கு வரிவிலக்குத் தரப்பட்டிருக்க, பூர்ஷ்வாக்கள் மீது மட்டுமே எல்லா வரிகளும் விதிக்கப்பட்டு வந்தன.

பொதுமக்களின் நிர்ப்பந்தத்திற்கு இணங்க அன்றைய பிரெஞ்சு மன்னன் பதினான்காம் லூயி பொது அவையைக் கூட்டினான். மூன்றாம் வகுப்பினர் (முதன்மையாக பூர்ஷ்வாக்களும் வசதியடைந்த பிற சமூகத்தினரும்) பொது அவையில் முதலிரண்டு வகுப்புகளுக்கு எத்தனை பிரதிநி திகள் இருந்தனரோ கிட்டத்தட்ட அதே எண்ணிக்கையில் தங்களுடைய பிரதிநிதிகளையும் தேர்ந்தெடுக்கும்படி செய்தனர். 1789–மே 5–ஆம் தேதியன்று பொது அவை கூடியது. அடுத்த நாளே முதலிரண்டு வகுப்புகளின் பிரதிநிதிகளுக்கும் மூன்றாம் வகுப்பின் பிரதிநிதிகளுக்குமிடையே கடுமையான கருத்து மோதல்கள் ஏற்பட்டன. முதலிரண்டு வகுப்புகளின் பிரதிநி திகள் மூன்றாம் வகுப்புப் பிரதிநிதிகளுடன் சேர்ந்து அமர மறுத்துவிட்டனர். அதனால் ஆத்திரமடைந்த மூன்றாம் வகுப்புப் பிரதிநிதிகள் ஜுன் 17– ஆம் தேதியன்று பொது அவை, தேசிய அவையாக (National Convention) மாற்றப்பட்டுவிட்டதாக அறிவித்தனர். அரசனின் மிரட்டல்களைப் பொருட்படுத்தாத அவர்கள், அந்த தேசிய அவையை அரசியலமைப்பு அவையாக

(Constituent Assembly) மாற்றினர். அதாவது பிரெஞ்சு நாட்டுக்கு ஒரு அரசியலமைப்பை உருவாக்குவதுதான் தங்கள் குறிக்கோள் என்பதை அறிவித்துவிட்டனர். மூன்றாம் வகுப்பினரின் 'அத்து மீறல்களுக்கு' முடிவு கட்டி தனது சிறப்பதிகாரங்களை நிலை நிறுத்திக் கொள்வதற்காக பதினான்காம் லூயி மன்னன் துருப்புகளைக் குவிக்கத் தொடங்கினான். பாரிஸிலிலுள்ள உழைக்கும் மக்கள் ஆயுதங்கள் தாங்கி அத்துருப்புகளை எதிர்கொள்ளத் தொடங்கினர். முற்றிலும் வெளிநாட்டுக்காரர்களே இருந்த அரசக் குதிரைப்படை பொதுமக்கள் மீது நடத்திய துப்பாக்கிச்சூடு அவர்கள் பொறுமையிழக்கும்படி செய்தது. ஜூலை 14–ஆம் தேதி, கிளர்ச்சியாளர்கள் (முக்கியமாக ஏழைத் தொழிலாளிகள்) பாரிஸிலிருந்த பாஸ்டில் சிறையைத் தகர்த்தனர். அதுதான் மாபெரும் பிரெஞ்சுப் பூர்ஷ்வாப் புரட்சியின் தொடக்கமாக அமைந்தது.

அரசியலமைப்பு அவை முழு அதிகாரங்களையும் எடுத்துக் கொண்டது. கம்யூன்' என்றழைக்கப்படும் உள்ளூராட்சி மன்றங்களும் அமைக்கப்பட்டன.

பாஸ்ட்டில் சிறை தகர்க்கப்பட்ட செய்தி பரவியவுடனேயே கிராமப்புற விவசாயிகள் திரண்டெழுந்து நிலப்பிரபுத்துவச் சுரண்டலுக்கு முற்றுப்புள்ளி வைக்கும்படி கோரினர். பல நகரங்களில் இருந்த உள்ளூராட்சி அமைப்புகளிலும் (கம்யூன்கள்) அங்கிருந்த தேசியக் காவல்படையினரிடையேயும் இருந்த பெரும் பூர்ஷ்வாக்கள் (நிலவுடைமையாளர்கள்) நிலப்பிரபுத்துவச் சக்திகளுக்குத் துணை போயினர். கிளர்ச்சியாளர்களை ஒடுக்கத் துருப்புகள் வரவழைக்கப்பட்டன. அரசியலமைப்பு அவை கிளர்ச்சியாளர்களுக்கு அனுதாபம் காட்டவில்லை. ஆனால் புரட்சி இன்னும் வேகமாக வேறொரு கட்டத்திற்குச் சென்றுவிடுமோ என்று அஞ்சிய அந்த அவை ஆகஸ்ட் –11 அன்று ஒரு சட்டத்தை இயற்றியது. நிலப்பிரபுக்களுக்கு இருந்த சில சலுகைகளும் சிறப்புரிமைகளும் ஒழிக்கப்பட்டன. பிரபுக்களும் இலவசமாக வேலை செய்ய வேண்டியதில்லை. அவரது ஆலை கோதுமை அரைக்க வேண்டியதில்லை; கிராமப்புறங்களில் உள்ள புல்வெளிகள் அனைவருக்கும் சொந்தம்; எல்லாரும் வேட்டையாடலாம்; விவசாயிகள் பிரபுக்களின் நீதிமன்றங்களுக்குச் செல்ல வேண்டியதில்லை; மதத்தின் பெயரால் இனி வரிகளோ, அபராதமோ வசூலிக்கப்படக்கூடாது என்றெல்லாம் அச்சட்டம் கூறியது. அச்சட்டம் பூர்ஷ்வா வர்க்கப்

பிரதிநிதிகளுக்கும் சில அனுகூலங்களை ஏற்படுத்தித் தந்தது. அதாவது, பல்வேறு நகரங்களுக்கும் மாகாணங்களுக்குமிருந்த சிறப்புரிமைகள் ஒழிக்கப்பட்டன. முதலிரண்டு வகுப்புகளுக்கும் வரிகள் விதிக்கப்பட்டன.

1789–ஆகஸ்ட் 26–ஆம் தேதியன்று அரசியலமைப்பு அவை 'மனிதன் மற்றும் குடிமகனின் உரிமைகளின் பிரகடனத்தை' (Declaration of the Rights of Man and Citizen) வெளியிட்ட து. அது எதிர்கால அரசியலமைப்புச் சட்டத்தின் முகப்புரையாக அமைந்தது. சொத்துடைமை என்பது எல்லார்க்குமுரிய பிரிக்கமுடியாத புனித உரிமை என்று கூறிற்று.

பாரிஸிலும் பிற நகரங்களிலும் 1789–90–ஆம் ஆண்டுகளில் ஏராளமான புரட்சிகர மன்றங்கள் (Revolutionary Clubs) தோன்றின. அந்த மன்றங்கள்தான் அரசியல் கட்சிகள் வகிக்கப்போகும் வரலாற்றுப் பாத்திரங்களைத் தீர்மானித்தன. அவற்றில் செல்வாக்கு மிகுந்த மன்றங்களிலொன்றாகத் திகழ்ந்தது பாரிஸின் ஜேகோபின் மன்றம் (Jacobin Club) (புனித ஜேகோபின் கான்வென்ட் கட்டிடத்தில் அம்மன்றம் இயங்கியதால் அதற்கு அப்பெயர் உண்டாயிற்று).

பின்னர், பிரெஞ்சு நாடெங்கிலும் அதற்கு நூற்றுக்கணக்கான கிளைகள் ஏற்பட்டன. அந்த மன்றத்தில் தொடக்கத்தில் முதன்மைப் பாத்திரம் வகித்தவர்கள் அரசியல் சட்டத்திற்குட்பட்ட முடியாட்சி முறையை ஆதரித்த மிராபோ (Mirabeau), பார்னவ் (Barnave), லாஃபாயெத் (Lafayette) முதலியோராவர். பின்னர், அறிவொளிச் சிந்தனையாளர் ரூஸோவைத் தன் வழிகாட்டியாகக் கொண்டிருந்த மாக்ஸ்மிலியென் ரோப்ஸ்பியரின் (Maxmilien Robespierre) பூர்ஷ்வா ஜனநாயகப் போக்கு அம்மன்றங்களில் மேலோங்கி வரத் தொடங்கியது. அவரது எதிர்ப்பாளர்கள் அம்மன்றங்களிலிருந்து விலகி ஃபியான்கள் மன்றம் (Club of Feuillants) என்ற அமைப்பை உருவாக்கினர். 1790–ஆம் ஆண்டுத் தொடக்கத்தில் கோர்தெலியெ மன்றம் (Clubof Cordeliers) தோன்றியது. (கத்தோலிக்கச் சமயத்திலுள்ள பிரான்சிஸ்கன் பிரிவைச் சேர்ந்த கோர்தெலியெ கான்வென்ட் கட்டிடத்தில் அம்மன்றம் இயங்கியதால் அதற்கு அந்தப்பெயர் வந்தது.) அந்த மன்றத்தின் தலைவர்களாக விளங்கியவர்கள் ழாக் தான்தோன் (Jacque Danton), காமிய் தெமூலன் (Camille Desmoulins), ழாக் ஹெபெர் (Jacque Heber), பியர் காஸ்பார் ஷோமட்

(Pierre Gaspord Chaumette), மூான் பவுன் மாரா (Jean Paul Mara) ஆகியோராவர். மாராவை உழைக்கும் மக்கள், ‘மக்களின் நண்பர்’ என அழைத்தனர்.

நிலப்பிரபுக்களின் சிறப்புரிமைகள், சலுகைகள் ஆகியவற்றை இரத்துச் செய்கின்ற சட்டத்திற்கு அரசன் முதலில் ஒப்புதல் வழங்கவில்லை. அதன் காரணமாக பாரிசில் உழைக்கும் மக்கள் கிளர்ந்தெழுந்ததால் அரசன் அச்சட்டத்திற்கு ஒப்புதல் அளித்துவிட்டு பாரிஸ் நகரத்திற்குச் சென்றான் (அதுவரை வெர்செய் நகரம்தான் தலைநகராக இருந்தது). அரசியலமைப்பு அவையும் பாரிசுக்கு மாற்றப்பட்டது. முதலாளிய உறவுகளின் வளர்ச்சிக்கு உகந்த பல ஆணைகள் பிறப்பிக்கப்பட்டன. கில்டுகள் ஒழிக்கப்பட்டன. திருச்சபையின் உடைமைகள் கைப்பற்றப்பட்டன. உள்நாட்டுச் சுங்கவரித் தடைகள் நீக்கப் பட்டன. அதே சமயம் உழைக்கும் மக்களுக்கு எதிரான பல சட்டங்களும் பிறப்பிக்கப்பட்டன. நிலப்பிரபுக்களின் பிடியிலிருந்து உழவர்கள் மீள்வதற்கு அவர்கள் தரவேண்டிய தொகை எவ்வளவு என்பது 1790–ஆம் ஆண்டு மே மாதம் நிர்ணயிக்கப்பட்டது. அதாவது நிலப் பிரபுக்களுக்கு அவர்கள் 20 ஆண்டுக்காலம் எவ்வளவு பணம் செலுத்தி வருவார்களோ அதை மொத்தமாகச் செலுத்திவிட வேண்டும் என்பது தான் அச்சட்டம். இது மீண்டும் உழவர்கள் கிளர்ச்சிகளைத் தூண்டி விட்டது. போதாதற்கு தொழிற்சங்கங்கள், வேலை நிறுத்தங்கள் முதலியவற்றைத் தடை செய்ய லெ ஷாப்லியெ சட்டம் என்பது 1791–ஜூன் மாதம் நிறைவேற்றப்பட்டது. அரசியலமைப்பு அவை பிரெஞ்சுக் குடியேற்ற நாடுகளில் அடிமை முறையை ஒழிக்க மறுத்து விட்டது. 1791–ஆம் ஆண்டு செப்டம்பர் 3–இல் நிறைவேற்றப்பட்ட அரசியல் சட்டம், அரசியல் சட்டத்திற்குட்பட்ட முடியாட்சி முறையை உறுதி செய்தது. அரசாட்சி முறையை ஒழித்து குடியரசை உருவாக்க வேண்டும் என்று அமைதி வழியில் ஆர்ப்பாட்டம் நடத்திய பாரிஸ் வெகுமக்கள் மீது துப்பாக்கிச் சூடு நடத்தப்பட்டது.

அந்த அரசியலமைப்புச் சட்டத்தின்படி சட்டமியற்றும் அதிகாரம் சட்டமன்றத்துக்குத்தான் உண்டு. வாக்குரிமை வசதி படைத்த குடிமக்களுக்கு மட்டுமே வழங்கப்பட்டிருந்தது. (அன்றைய பிரான்சில் ஏறத்தாழ 43 இலட்சம் பேருக்கு மட்டும்) புதிதாகத் தேர்ந்தெடுக்கப்பட்ட சட்டமன்ற உறுப்பினர்களில் பெரும்பான்மையினர் ஃபியான்கள் ஆவர், அவர்களின்

தலைமையில்தான் அரசியலமைப்பு அவையும் இருந்தது. அவர்கள் அரசவையுடன் நெருக்கமானவர்களாக இருந்த வங்கி முதலாளிகள் போன்ற பெரும் பூர்ஷ்வாக்களின் பிரதி நிதிகள், ஜேகோபின்கள் பெரும் எண்ணிக்கை கொண்ட குழுவாக இருந்தனர். என்றாலும் உண்மையிலேயே புரட்சிகர மானவர்களாக இருந்த பூர்ஷ்வா ஜனநாயகவாதிகள் சிறுபான்மை யினராகவே இருந்தனர். அவர்களில் பெரும்பாலானோர் பெரிய நடுநிலையிலுள்ள வர்த்தக மற்றும் தொழிற்துறை பூர்ஷ்வாக்களின் பிரதிநிதிகளாவர். அவர்கள் ஷிரோன்த்தினர் (Girondists) என்றழைக்கப்பட்டனர். (பிரெஞ்சு நாடு நகரம், பல மாவட்டங்களாகப் (department) பிரிக்கப்பட்டிருந்தது. ஷிரோன்த் என்ற மாவட்டத்திலிருந்து தேர்ந் தெடுக்கப்பட்ட பிரதிநிதிகளுக்கு ஷிரோன்த்தினர் என்ற பெயர் வந்தது.) சட்டமன்றத்தின் வலப்புறம் ஃபியான்களும் இடப்புறம் ஜேகோபின்களும் உட்கார்ந்தனர். அன்று முதல்தான் 'வலதுசாரி', 'இடதுசாரி' என அரசியல் கட்சிகள் அழைக்கப்படும் வழக்கம் தொடங்கியது.

1791-ஆம் ஆண்டு முதல் ஐரோப்பிய முடியரசுகள் பல, பிரெஞ்சுப் புரட்சியின் குரல்வளையை நசுக்குவதற்கான ஆயத்தங்கள் செய்து வந்தன. புரட்சிகர பிரான்சுக்கும் அந்தப் பிற்போக்கு முடியரசுகளுக்குமிடையே 1792-இல் மூண்ட போர்கள் 1794-ஆம் ஆண்டு வரை நீடித்தன. அந்தப் போர்களின் காரணமாக ஃபியான்கள், ஷிரோன்த்தினர், ஜேகோபின்கள் ஆகியோரிடையே கடுமையான மோதல்கள் ஏற்பட்டன.

நிலப்பிரபுத்துவச் சக்திகளுக்கு அரசன் பகிரங்கமாக ஆதரவு தெரிவித்து வந்ததால், மீண்டும் வெகுமக்கள் கிளர்ச்சிகள் தோன்றின. பாரிஸ் கம்யூனின் கீழ், மாரா, தான்தோன், ரோப்ஸ்பியர் ஆகியோர் தலைமையில் ஒரு புரட்சிக்குழு அமைக்கப்பட்டது. புரட்சிகரமான உள்ளடக்கம் பெற்ற கம்யூனும் சட்டமன்றமும் சேர்ந்து, தொழிலாளிகள், கைவினைஞர்கள், குட்டி பூர்ஷ்வாக்கள் ஆகியோரடங்கிய ஒரு அரசாங்க அமைப்பாக மாறின.

1792- ஆகஸ்ட் 10-ஆம் தேதி வெடித்த புரட்சியின்போது அரச மாளிகை கைப்பற்றப்பட்டது. அரசன் பதவி துறக்க வேண்டும் என்ற ஆணையைப் பிறப்பிக்கும் நிர்ப்பந்தத்திற்குள்ளாகியது சட்டமன்றம். தற்காலிக நிர்வாகக்குழு (Provisional Executive

Committe) அமைக்கப்பட்டது, அதற்கு ஷிரோன்த்தினர் தலைமை தாங்கினர். தேசிய அவைக்குச் சட்டமன்றம் தேர்தல்களை நடத்தியது. செப்டம்பர் 21–ஆம் தேதியன்று தேசிய அவை பிரெஞ்சு நாட்டைக் குடியரசாக அறிவித்தது, ஜனவரி 1–ஆம் தேதிக்குப் பதிலாக இனி செப்டம்பர் 22–ஆம் தேதிதான் ஆண்டுப் பிறப்பாக இருக்கும் என அறிவிக்கப்பட்டது.

தேசிய அளவில் மிக வலது கோடியில் ஷிரோன்த்தினரும் இடது கோடியில் ஜேகோபியன்களும் வீற்றிருந்தனர். அவையில் மிக உயர்ந்த வரிசையில் உட்கார்ந்திருந்தவர்கள் ஜேகோபியன்களில் மிகவும் புரட்சிகரமான பிரிவினராக இருந்த 'மலைவாசிகள்' (Montagnards) என்றழைக்கப்பட்டவர்களாவர். உயரத்தில் உட்கார்ந்திருந்ததால் அவர்கள் 'மலைவாசிகள்' என அழைக்கப்பட்டனர்.

மாகாணங்களிலிருந்து தேர்ந்தெடுக்கப்பட்ட உறுப்பினர்கள்தான் பெரும்பான்மையினராக இருந்தனர். அவர்கள் ஊசலாட்டம் கொண்டவர்களாக இருந்தனர். தேசிய அவையில் இருந்த மிகப் புரட்சிகரமான பிரிவினருக்குத் தலைமை தாங்கியவர்கள் ழாக் ஒரு (Jacque Rue), பியர் தொலிவியெ (Piere Dolivier), தியோஃபில் லெக்லெர்க் (Theophile Leclerc), ழாக் வார்லெ (Jacque Varlet) ஆகியோ ராவர். அவர்கள் பாரிஸ் கம்யூனையும் கோர்தெலியெ மன்றத்தையும் மையமாகக் கொண்டு இயங்கியவர்கள். பாரிஸ் நகரத்தின் மிக வறிய பிரிவினருக்கு ஆதரவாகக் குரல் கொடுத்து வந்த அவர்கள் சீற்றம் கொண்டவர்கள்' (Enrages) என அழைக்கப்பட்டனர். பெரும் நிலவுடைமைகளை ஒழித்து ஒவ்வொரு உழவனுக்கும் அவன் மிக அதிகபட்சம் உழக்கூடிய அளவுக்கு நிலம் பகிர்ந்தளிக்கப்பட வேண்டும் என்றும் மக்கள் கூட்டு வாழ்வுக் குழுக்களாக ஒழுங்கமைக்கப்பட்டு, அதிலுள்ள ஒவ்வொரு உறுப்பினருக்கும் அவர் அக்குழுவிற்குத் தருகின்ற பங்களிப்புக்கு ஏற்ப ஊதியம் தரப்பட வேண்டும் என்றும் அவர்கள் கூறினர்.

ஷிரோன்த்தினருக்கும் மலைவாசிகளுக்குமிடையே கடுமை யான போராட்டம் நடந்தது. பெரும் வர்த்தகர்கள், இலாப வேட்டைக்காரர்கள் ஆகியோரை வெளிப்படையாக ஆதரித்த ஷிரோன்த்தினர், நுகர்வுப் பொருட்களுக்கான விலைகளுக்கு உச்ச வரம்பு விதிக்கவேண்டும் என்ற முடிவை எதிர்க்கவும் செய்தனர். அதன் காரணமாக 1793–மே–31 முதல் ஜூன் 2 வரை நடந்த

மக்கள் கிளர்ச்சிகளுக்கு மலைவாசிகளும்', சீற்றமடைந்தோரும் தலைமை தாங்கினர். ஷிரோன்த் தலைவர்கள் பலர் கைது செய்யப்பட்டுக் கொல்லப்பட்டனர். ஷிரோன்த்தினர் செல்வாக்கு அடியோடு வீழ்ச்சியடைந்தது.[1] 'ஷிரோன்த்தினரின் வீழ்ச்சிக்குப்பிறகு ஜேகோபின் – 'மலைவாசிகளின் அதிகாரம் நிறுவப்பட்டது. ஒருபுறம் நாட்டின் வடமேற்கு மாவட்டங்களில் எதிர்ப்புரட்சிச் சக்திகள் வலுப்பெற்று வந்தன. அவர்களது பயங்கரவாதம் பல நகரங்களுக்குப் பரவியது. புரட்சியாளர் மாரா கோழைத்தனமான முறையில் படுகொலை செய்யப்பட்டார். மற்றோர்புறம் ஆஸ்திரியா, பிரஷ்யா, இங்கிலாந்து ஆகியவற்றின் படைகள் பிரெஞ்சு நாட்டின் மீது படையெடுத்து வந்து கொண்டிருந்தன. எனவே ஒரு புரட்சிகர சர்வாதிகாரம்தான் நாட்டைக் காக்க முடியும் என்ற சூழ்நிலை ஏற்பட்டது. பொதுப் பாதுகாப்பு குழு (Committe of Public Safety), பொதுத் தற்காப்புக் குழு (Committee of Public Security), புரட்சிகர நீதித் தீர்ப்பாயம் (Revolutionary Tribunal) ஆகியன புரட்சிகர சர்வாதிகார அரசின் அதிகார அமைப்புகளாயின. தேர்ந்தெடுக்கப்பட்ட உள்ளாட்சி அமைப்புகள் கலைக்கப்பட்டன. அவற்றினிடத்தில் புரட்சிகரக் குழுக்கள் அமைக்கப்பட்டன. நாட்டின் எல்லாப் பகுதிகளுக்கும் தேசிய அவையின் பிரதிநிதிகள் (கமிசார்கள்) அனுப்பப்பட்டனர். அவர்களுக்கு வரம்பற்ற அதிகாரம் வழங்கப் பட்டது. வெகுமக்களாதரவு பெற்ற புரட்சிகர ஜனநாயக சர்வாதிகார அரசு பல முற்போக்கான ஜனநாயக சீர்திருத்தங்களை நடைமுறைப் படுத்தியது.

1793–ஜூன் *24*–ஆம் தேதி ஒரு புதிய அரசியலமைப்புச் சட்டம் உருவாக்கப்பட்டது. எந்த ஒரு முதலாளித்துவ நாட்டிலும் அதுவரை உருவாக்கப்பட்டிராத மிக ஜனநாயகத் தன்மை வாய்ந்த அரசியல் சட்டம்தான் அது.

மனிதன் மற்றும் குடிமகனின் உரிமைகள் குறித்த புதிய பிரகடனம் பிறப்பிக்கப்பட்டது. அதுதான் புதிய அரசியலமைப்புச் சட்டத்தின் முகப்புரையாகியது. அது, பொது நன்மைதான் சமுதாயத்தின் குறிக்கோளாக இருக்க வேண்டும்

---

1. ஷிரோன்த்தினர், ஜேக்கோபின்களைவிடப் பெண்கள் உரிமைகள் விஷயத்தில் அதிக அக்கறை காட்டியவர்கள். பெண்களின் உரிமைக் குரலை எழுப்பிய முக்கிய பெண்களும்கூட மரண தண்டனை விதிக்கப்பட்டனர். இவை குறித்த மேலதிகச் செயதிகள் இந்நூலின் அறிமுகத்தில் தரப்பட்டுள்ளன.

என்று கூறியது. கருத்துச் சுதந்திரம், பத்திரிகைச் சுதந்திரம், கூட்டம் கூடும் சுதந்திரம், வழிபாட்டுச் சுதந்திரம், கோரிக்கை வைக்கும் சுதந்திரம், வேலை செய்யும் சுதந்திரம், கல்வி கற்கும் சுதந்திரம் ஆகியன வழங்கப்பட்டன. கிளர்ச்சிகளை நடத்துவதற்கான சுதந்திரமும் தரப்பட்டது. 21 வயது வந்த எல்லா ஆண்களுக்கும் வாக்குரிமை வழங்கப்பட்டது. தனிச் சொத்து என்பது ஒவ்வொரு குடிமகனும் இயல்பாகப் பெற்றுள்ள, மீறப்பட முடியாத உரிமை என்று அப்பிரகடனம் கூறியது.

1793 ஜுலை 17-ஆம் தேதி பிறப்பிக்கப்பட்ட ஒரு ஆணையின் மூலம் நிலப்பிரபுத்துவச் சிறப்புரிமைகள் முற்றாக ஒழிக்கப்பட்டன. விவசாயிகள் நிலத்தின் உடைமையாளர்களா யினர். நுகர்வுப் பொருட்களின் விலைகளுக்கு உச்சவரம்பு நிர்ணயிக்கப்பட்டது. இவற்றின் காரணமாக முடியாட்சியின் ஆதரவாளர்களும் பூர்ஷ்வா வர்க்கத்தின் முதன்மையான பிரிவினரும் ஆத்திரங்கொண்டு எதிர்ப்புரட்சி நடவடிக்கையில் இறங்கினர். ஜேகோபின் தலைவர்களும் பதிலடி தந்தனர். குடியரசுக்கெதிராக எதிர்ப்புத் தெரிவிப்பவர்களுக்கு மரண தண்டனை மட்டுமே ஒரே தண்டனை என்பதாயிற்று. அண்மைக் காலம் வரை அவர்களோடு ஒத்துழைத்து வந்த தான்தோனும் அவரது ஆதரவாளர்களும், நுகர்வுப் பொருட்களின் விலைக்கு உச்சவரம் பிட்டதையும் வேறு சில புரட்சிகர நடவடிக்கைகளையும் எதிர்த்தனர். வர்த்தகச் சுதந்திரம், இலாப வேட்டை, சொத்துரிமையை வலுப் படுத்துதல் ஆகியவற்றை ஆதரித்தனர். அதன் காரணமாக அவர்கள் கைது செய்யப்பட்டு மரண தண்டனை விதிக்கப்பட்டனர்.

வணிகர்களையும் பட்டறை உற்பத்தியாளர்களையும் ஊக்கு விக்கும் பல நடவடிக்கைகளும் ஜேகோபின்களால் மேற்கொள்ளப் பட்டன. அவர்களுக்கு மானியங்கள் வழங்கப்பட்டன. தடையற்ற வர்த்தகம் ஊக்குவிக்கப்பட்டது. விலைகளுக்கான உச்சவரம்புச் சட்டத்தை மீறுபவர்களுக்கான தண்டனை குறைக்கப்பட்டது. இதன் காரணமாக அதிருப்தியடைந்த தொழிலாளிகள் வேலைநிறுத்தம் தொடங்கினர். அது ஈவிரக்கமின்றி நசுக்கப்பட்டது. லெ ஷாப்லியெ சட்டத்தை ஜேகோபின்கள் இரத்துச் செய்யாமலிருந்தது மட்டுமல்ல, அதை மிக அதிக அளவுக்குப் பயன்படுத்தவும் செய்தனர். அதனைக் கண்டித்த ‘சீற்றமடைந்தோர்’ குழு மீதும் அரசு பயங்கரவாதம் கட்டவிழ்த்து

விடப்பட்டது. மக்கள் பிரதிநிதிகள் மீதும் ஒடுக்குமுறை அதிகரித்து வந்ததால் ஜேகோபின்களின் சமூக அடித்தளம் சுருங்கி வந்தது. அதனை நல்வாய்ப்பாகப் பயன்படுத்திக்கொண்ட பிற்போக்கு பூர்ஷ்வாக்கள் எதிர்ப்புரட்சியை நடத்தினர். ரோப்ஸ்பியரும் அவரது குழுவினரும் அன்றைய பிரெஞ்சு ஆண்டின் தெர்மிடோர் மாதம் 9–ஆம் தேதி (29.7.1794) மரண தண்டனை விதிக்கப்பட்டனர். ஜேகோபின் சர்வாதிகாரத்திற்கும் மாபெரும் பிரெஞ்சுப் புரட்சிக்கும் முற்றுப்புள்ளி வைத்த எதிர்ப்புரட்சியைக் குறிக்க 'தெர்மிடோர்' என்ற செயல் பயன்படுத்தப்படுகிறது. பிரெஞ்சுக் குடியரசை நசுக்குவதற்கு முயற்சி செய்த ஐரோப்பிய முடியரசுகளின் படைகளைத் தோற்கடிப்பதில் முக்கியப் பங்காற்றிய இராணுவத் தளபதியான நெப்போலியன் போனபார்ட் தன்னை பிரெஞ்சு நாட்டின் முடிமன்னனாக அறிவித்துக் கொண்டான்.

ரோப்ஸ்பியரும் ஜேகோபின்களும் வீழ்த்தப்பட்டு, எதிர்ப் புரட்சி அரசாங்கம் வந்தபிறகு, 'அரைகுறையாடையணிந்தோரு'க் காகப் பரிந்து பேசக்கூடிய, அவர்களின் நலன்களை ஓரளவேனும் காக்கக்கூடிய புரட்சிகரப் பூர்ஷ்வா வர்க்கப் பிரிவு ஏதும் இல்லாமல் போயிற்று. 'அரைகுறை ஆடையணிந்தவர்கள்' என்போரில் நகர்ப்புற, நாட்டுப்புறத் தொழிலாளிகள், வறியவர்கள் ஆகியோரிலிருந்து கைவினைஞர்கள், சிறு வாணிபர்கள், கடை கண்ணி வைத்திருப் போர், சிறு பட்டறை உற்பத்தியாளர் ஆகியோரும் அடங்குவர். அவர்களுக்கான பூர்ஷ்வா நட்புச் சக்திகள் ஏதும் இல்லாமல் போன நிலையில், அவர்களிடையே வளர்ந்துவந்த கூலித் தொழிலாளர்கள் (நவீன பாட்டாளி வர்க்கத்தின் முன்னோடிகள்) கிளர்ச்சிக்கான முதன்மைச் சக்தியாக உருவாகி வந்தனர்.

ஏற்கனவே அரைகுறையாடையணிந்த வெகுமக்கள் 1793–ஆம் ஆண்டு ஜேகோபின் அரசியல் சட்டத்தில் உத்திரவாதம் செய்யப்பட்ட உரிமைகளையும் உண்ண உணவையும் வழங்கக்கோரி புரட்சியைத் தொடங்கியிருந்தனர். கூலி உழைப்பாளர்களிடையே இரகசிய அமைப்புகளை உருவாக்கி வன்முறைப் புரட்சியின் மூலம் பிற்போக்கு பூர்ஷ்வா வர்க்கத்தைத் தூக்கியெறிய கிரேச்சஸ் பாபெஃப (Grachus Babeuf) என்ற புரட்சியாளர் முயற்சி செய்தார். அவருக்குப் பரந்துபட்ட உழைக்கும் மக்களின் ஆதரவு இருந்தது. இராணுவத்திலும் அரசாங்கத்திலும் கூட அவருக்கும் அவரது தோழர்களுக்கும்

சில தொடர்புகள் இருந்தன. ஆனால் அவரது முயற்சி பிற்போக்கு அரசாங்கத்தால் முறியடிக்கப்பட்டது.

1830-ஆம் ஆண்டு ஜூலையில் பாரிஸ் நகரப் பாட்டாளிகள் முதன்மைப் பாத்திரம் வகித்த புரட்சியின் காரணமாக முடியாட்சி தூக்கியெறியப்பட்டது. மன்னன் அரசியல் சட்டத்தின் வரம்புக்குட்படுத்தப்பட்டான். சோசலிசக் கம்யூனிசக் கருத்துகள் செல்வாக்குப் பெறத் தொடங்கின. பிரெஞ்சுப் புரட்சியின் ஆரம்பகால இலட்சியங்கள் உயிர்ப்பிக்கப்பட்டன. சேன் – சிமோனின் கருத்துகளும் ஃபூரியெவின் கருத்துகளும் பரவத்தொடங்கின.[2]

சேன் – சிமோனியக் கருத்துகளின் தாக்கம் பெற்ற குடியரசு வாதிகள் உற்பத்திச் சாதனங்களை தொழிலாளர் உடைமையாக்கு வதற்கான வழிமுறை, பல்வேறு தொழில்களைச் செய்வோரின் அல்லது பல்வேறு வகை உற்பத்தியாளர்களின் கூட்டுறவுச் சங்கங்களை (Trade or Producer's Association) உருவாக்குவதாகும் என்று கருதினர். தொழிலாளர்களின் ஆயுதமேந்திய போராட்டத்திற்குத் திட்டமிட்ட புரட்சியாளர் லூயி பிளாங்கி (Louis Blanqui) கைது செய்யப்பட்டு சிறை யிலடைக்கப்பட்டார். 1839-மே மாதம் அவரது தலைமை யின்கீழ் இயங்கிவந்த இரகசியச் சங்கங்கள் நடத்தவிருந்த ஆயுதமேந்திய எழுச்சி தடுக்கப்பட்டது.

அதன்பிறகும் சமத்துவத் தொழிலாளர் சங்கம் (Societe des travailleursegalitaires) போன்ற இரகசியச்சங்கங்கள் தொடர்ந்து செயல்பட்டு வந்தன, மிகத் தெளிவான தொழிலாளி வர்க்க, கம்யூனிசத் தன்மை கொண்டிருந்த அச்சங்கங்கள், தொழில்களில் (சலவைத் தொழில், தையல் தொழில் முதலியன) ஈடுபட்டுள்ளோருக்கான சங்கங்கள், பட்டறைகளில் வேலை செய்து வந்தோருக்கான சங்கங்கள், தொழிற்சாலைகளில் வேலை செய்து வந்தோருக்கான சங்கங்கள் எனப் பாகுபடுத்தப்பட்டிருந்தன. எனினும் 1840-ஆம் ஆண்டு பிரெஞ்சு நாட்டின் பொதுச் சபைக்கான தேர்தல் பிரச்சார இயக்கம் பிரெஞ்சு நாட்டின் பொது சபைக்கான தேர்தல் பிரச்சாரம் தொடங்கிய பிறகுதான் அச்சங்கங்கள் முன்னணிப் பாத்திரம் வகிக்கத் தொடங்கின எனலாம். தேர்தல் பிரச்சாரம்

---

2. இவை குறித்து விளக்கக் குறிப்புகள் - II - காண்க

பாரிஸ் நகரில் ஐந்து மாத காலம் நீடித்த தொழிலாளர் வேலைநிறுத்தப் போராட்டங்கள் தூண்டுகோலாக இருந்தது. முதல் பகிரங்க கம்யூனிஸ்ட் பிரச்சார விருந்து விழாவும் நடைபெற்றது. கற்பனாவாத சோசலிஸ் எத்தியென் காபெயின் (Ettienne Cabet) 'ஐகேரியாவுக்கான பயணம், (Voyage en travail) லூயி பிளானின் (Louis Blanc) 'உழைப்பான அமைப்பு (Organisation dn travail) ஆகிய நூல்கள் வெளியிடப்பட்டன அன்றைய பூர்ஷ்வா அரசாங்கம் கம்யூனிஸ்டுகள் மீது நடத்திய அடக்குமுறை நியாயமானது என்ற கருத்துக் கொண்டிருந்தவர் காபெ என்பது குறிப்பிடத்தக்கது. 'சீர்திருத்தம்' (La Reforme) என்ற பத்திரிகையோடு சம்பந்தப்பட்டிருந்த சோசலிசஜனநாயகவாதிகளோ கம்யூனிசத்தை முழுமையாக ஏற்றுக் கொள்ளவில்லை என்றாலும் கம்யூனிஸ்டுகளை நண்பர்களாகவே கருதினர்.

அரசு உதவிபெற்ற தொழிற்கூட்டுறவுச் சங்கங்களை அமைப்பதன் மூலம் தொழில்களைப் படிப்படியாகக் கூட்டுடைமையாக்குதல் என்ற லூயி பிளானின் திட்டத்தை சோசலிச ஜனநாயகவாதிகள் சமூகத்தின் அனைத்து நோய்க்குமான தீர்வாகக் கருதினர். அமைதி வழியில் கம்யூனிசத்தையடையும் திட்டத்தை காபெ பரப்பி வந்தார். அதன்படி மக்களால் தேர்ந்தெடுக்கப்பட்ட நாடாளுமன்றமொன்று, ஊதிய உயர்வுகளை வழங்கியும், பெருயான வரிகளை மேன்மேலும் அதிகரித்தும் படிப்படியாக கூட்டுடமையை உருவாக்கும். காபெவிற்கு இரண்டு இலட்சம் தொழிலாளி வர்க்க ஆதரவாளர்கள் இருந்தனர். தியோடோர் தெஸாமி (Theodor Dezamy) போன்ற இதர கம்யூனிஸ்டுகள், காபெ, பூர்ஷ்வா வர்க்கத்தை நம்பிக் கொண்டிருப்பதாக விமர்சித்து வந்தனர். முடியாட்சிக்கு எதிராக வன்முறைப் புரட்சி நடத்தப்பட வேண்டும் என்று தெஸாமி கூறிய போதிலும் நாடாளுமன்ற முறை மூலம் கம்யூனிசத்திற்கு மாறிச்செல்லும் சாத்தியப்பாடு இருப்பதாகவும் அவர் கருதினார்.

தெஸாமியின் கருத்துகளில் தனிச்சொத்து முழுமையாக நிராகரிக்கப்படவில்லை என மார்க்ஸ் விமர்சித்தார். பாரிஸ் நகரத்திற்கு 1843–ஆம் ஆண்டு இலையுதிர்காலத்தில் சேர்ந்த மார்க்ஸ், தொழிலாளிகள் கம்யூனிஸ்டுகளாக இருப்பதைக் கண்டு மகிழ்ச்சியடைந்தார். அதே போல ஏங்கல்ஸ், இங்கிலாந்தில்

சாசன இயக்கத்தில் ஒரு புரட்சிகர வர்க்கம் இருப்பதாகக் கருதினார். அன்று ஐரோப்பாவின் முக்கிய மையங்களில் தொழிலாக ஜனநாயகவாதிகள் கம்யூனிஸ்டுகளாகவே இருந்ததாக மார்க்சும் ஏங்கல்சும் கருதினர். கூட்டுறவுச் சங்க சோசலிசத்தை பிரச்சாரம் செய்துவந்த நடுத்தரவர்க்கப் புரட்சியாளரான அலெக்ஸாந்தர் லெத்ரு – ரோலன் (Alexandre Ledru Rollin) போன்றவர்கள் தாங்கள் கம்யூனிஸ்டுகள்தாம் என்பதை அறியாமலேயே கம்யூனிஸ்டுகளாக உள்ளனர்' என மார்க்ஸ் எழுதினார். லெத்ரு–ரோலன் நடத்திவந்த பத்திரிகைதான் மேலே குறிப்பிடப்பட்ட 'சீர்திருத்தம்' (La Reform) என்பதாகும். அப்பத்திரிகையில் ஏங்கல்ஸ் கட்டுரைகள் எழுதி வந்தார். அப்பத்திரிகையை மையமாகக் கொண்டு இயங்கியவர்களை கம்யூனிஸ்டுகள் ஆதரிக்கவேண்டும் என்று கம்யூனிஸ்ட் கட்சி அறிக்கை' கூறியது நினைவுகூரத்தக்கது.

அத்தகைய சோசலிச ஜனநாயகவாதிகள் 1789–ஆம் ஆண்டு "பாட்டாளிக் காலத்திய சொற்றொடர்களையும் மாயைகளையும்" கொண்டிருப்பதாக மார்க்ஸ் விமர்சித்த போதிலும் நடைமுறையில் அவர்களை ஆதரித்து வந்தார். தொழிலாளிக்கும் முதலாளிக்குமிடையில் வர்க்கப் போராட்டம் அப்போது தோன்றிக் கொண்டிருக்கிறது என்பதை அவர்கள் ஏற்றுக்கொண்டபோதிலும், நிலவுடைமையாளர்கள், நிதி முதலாளிகள் ஆகியோரின் சுரண்டலைத்தான் அவர்கள் முதன்மைப்படுத்தி வந்தனர். வாடகை, வட்டி, வரிகள் என்ற வடிவங்களில் மக்களைச் சுரண்டிக் கொண்டிருந்த இரண்டு இலட்சம் நிதி மூலதனப் பிரபுக்களை (Financial aristocracy) வீழ்த்துவதையே அவர்கள் முதன்மைக் குறிக்கோளாகக் கொண்டிருந்தனர். அந்த இரண்டு இலட்சம் பேரும் 1830–ஆம் ஆண்டு ஜூலையில் ஏற்பட்ட புரட்சிக்குப் பிறகு உருவான பொது சபைக்கு உறுப்பினர்களைத் தேர்ந்தெடுக்கும் வாக்குரிமை பெற்றிருந்தவர்களாவர். மேற்சொன்ன சோசலிச ஜனநாயகவாதிகள், உற்பத்திச் சக்திகளின் வளர்ச்சியின் காரணமாகச் சாத்தியமாகும் கம்யூனிஸத்திற்கான இடைநிலை மாறுதல் கட்டமே சோசலிசம் என்பதற்குப் பதிலாக, சோசலிசமே இறுதிக் குறியிலக்கு என்று கருதியவர்கள். மேலும், பிரெஞ்சு எல்லைகளுக்குள்ளேயே சோசலிசம் வெற்றியடையும் என்றும் அவர்கள் நம்பினர். சோசலிசத்தை மாறுதல் கட்டமாகக் கருதிய மார்க்சோ, அன்று உலகச்சந்தையில் ஆதிக்கம் செலுத்திக்

கொண்டிருந்த பிரிட்டனை வெற்றி கொள்ளாமல் தனி ஒரு நாட்டில் சோசலிசம் தாக்குப்பிடித்து நிற்காது என்று கருதினார்.

பிரான்ஸில் அரசியல் அதிகாரம், ஜனநாயக உரிமைகள், நிலப்பிரபுத்துவத்தின் எச்சங்களை ஒழித்தல் ஆகிய பிரச்சினைகள் தீர்க்கப்படாமல் இருந்தன. கிஸோ (Guizot) என்பவரின் தலைமையிலிருந்த அரசாங்கம் (Chamber of Deputies) பூர்ஷ்வா – ஜனநாயக சீர்திருத்தங்களைச் செய்ய விடாப்பிடியாக மறுத்துவந்தது. அந்த அரசாங்கத்தில் தொழிற்சாலை முதலாளிகளின் பிரதிநிதிகள் மிகவும் சிறுபான்மையினராக இருந்தனர். அதன் காரணமாகவே 1848 பிப்ரவரியில் ஒரு புரட்சி வெடித்தது. அதற்கான உடனடிக் காரணம், வழக்கமாக நடைபெற்று வந்த அரசியல் பொது நிகழ்ச்சியொன்றை அரசாங்கம் தடைசெய்ததுதான். அரசாங்கம் விதித்த தடையால் ஆத்திரமும் சினமுமடைந்த பாரிஸ் நகர வெகுமக்கள் வெகுண்டெழுந்து நகரத் தெருக்களில் தடைச் சுவர்களை (barricades) இராணுவத்தை எதிர்த்துச் சண்டை புரிந்தனர். அப்புரட்சியில் அரசாங்கம் பெருந்தோல்வி கண்டது. இராணுவத்திலிருந்த பூர்ஷ்வா வர்க்கப் பிரதிநிதிகள் வெகுமக்கள் புரட்சியை ஆதரித்ததும் அத் தோல்விக்கு முக்கியக் காரணமாக இருந்தது. அப்போதைய பிரெஞ்சு மன்னன் லூயி பிலிப் முடிதுறக்க வேண்டியிருந்ததுடன் கிஸோவைப் பதவி நீக்கம் செய்யவும் வேண்டியதாயிற்று.

இதன்விளைவாக ஒரு தற்காலிகக் கூட்டணி அரசாங்கம் உருவாக்கப்பட்டது. அதில் பூர்ஷ்வா வர்க்கத்தின் பிரதிநிதிகளுடன் சோசலிச ஜனநாயகவாதிகளான ஃபெர்டினான் ஃப்லோகோன் (Ferdinand Flocon), லெத்ரு – ரோலான், லூயி பிளான் ஆகியோரும் (அவர்கள், "சீர்திருத்தம்' பத்திரிகையோடு தொடர்பு கொண்டிருந்தவர்கள்), தொழிலாளியான அல்பேர் (Albert), (இவர் இரகசிய சங்கங்கள் மூலம் வன்முறைப் புரட்சி நடத்த சதித்திட்டம் தீட்டிவந்த கம்யூனிஸ்டுகளில் ஒருவர்) என்பவரும் இடம் பெற்றனர். பாட்டாளி வர்க்கம் தெருக்களில் இறங்கிச் சண்டைகள் புரிந்ததன் காரணமாகப் பெற்றிருந்த பலமும் அதிகாரமுமே அவர்களது பிரதிநிதிகளை அரசாங்கத்தில் சேர்த்துக்கொள்ளும்படி செய்தது.

உழைக்கும் மக்கள் இப்போது தங்களுக்கு வாக்குரிமை வழங்கப்படுவதுடன் ஒரு சோசலிசக் குடியரசு உருவாக்கப்பட வேண்டும் என்ற கோரிக்கையையும் முன்வைத்தனர்.

அதன்பொருட்டு ‘லக்ஸம்பர்க் குழு’ என்ற குழு லூயி பிளான் தலைமையில் உருவாக்கப்பட்டது. தொழிலாளர் பிரச்சினைகளைத் தீர்க்கும் பொறுப்பு அவரிடம் ஒப்படைக்கப் பட்டது. அவர், தொழிலாளர்கள், விவசாயிகள் ஆகியோரின் வாழ்க்கை நிலைமைகளை மேம்படுத்துவதற்கான பல திட்டங்களை முன்வைத்தார். கூட்டுறவு நெறிகளின் அடிப்படையில் மக்கள் வேலை செய்கின்ற விவசாயக் குடியேற்றங்கள் (agricultural colonies), உற்பத்திச் சங்கங்கள் (Production Association) ஆகியவற்றை உருவாக்குதல், மழலையர் பள்ளிகளுடன் கூடிய தொழிலாளர்கள் குடியிருப்புகளைக் கட்டுதல், பொதுச் சலவை நிலையங்களை அமைத்தல் ஆகியவையும் இத்திட்டங்களில் அடங்கும். தொழிலாளர்களுக்கும் முதலாளிகளுக்கும் ஏற்பட்ட பூசல்களைத் தீர்த்து வைப்பதிலும் அக்குழு ஈடுபட்டு வந்தது. சோசலிச அமைச்சரான ஃபெர்டினான் ஃப்லோகோனின் கௌரவ விருந்தாளியாக அழைக்கப்பட்ட மார்க்ஸ் ‘மனிதனின் உரிமைகள் மன்றம்’ (Droits de I’homme) என்ற தொழிலாளர் அமைப்பில் உறுப்பினராகச் சேர்ந்தார். பூர்ஷ்வா செல்வாக்குக்கு இசையாதிருக்கும்படியும் உழைப்பை சோசலிச முறையில் ஒழுங்கமைக்குமாறும் அரசாங்கத்தை நிர்ப்பந்தப் படுத்துவதற்காக பாரிஸ் நகரமெங்கும் அமைக்கப்பட்டிருந்த 250 மன்றங்களில் ஒன்றுதான் மார்க்ஸ் உறுப்பினராகச் சேர்ந்த அமைப்பாகும். அன்றிருந்த சூழ்நிலைமையில் உடனடியாகத் தேர்தல் நடத்தித் தனக்குப் பெரும்பான்மை சேர்க்கும் பிரதிநிதிகளை நாடாளுமன்றத்துக்குத் தேர்ந்தெடுக்க பூர்ஷ்வா வர்க்கம் யோசனை செய்து கொண்டிருந்தது. அதனால் பிரான்சின் மாகாணங்களுக்கெல்லாம் சோசலிச ஜனநாயகவாதிகள் தங்கள் பிரதிநிதிகளை அனுப்பி வைத்துத் தேர்தலை ஒத்திப் போட வேண்டும் என்ற கோரிக்கையை முன்வைத்து ஆர்ப்பாட்டங்களை நடத்த வேண்டும் என்ற ஆலோசனையை மார்க்ஸ் கூறினார். பொது நூலகங்களைக் காப்பதற்கும் அமைச்சர்கள் தங்கள் வாக்குறுதிகளை நிறை வேற்றுமாறு நிர்ப்பந்திக்கவும், பிளாங்கியைப் போலவே மார்க்சும் தொழிலாளர்களை ஆயுதபாணிகளாக்க விரும்பினார். லூயி பிளாங்கி 1848–மே 15–இல் கைது செய்யப்பட்டார்.

அந்த ‘லக்ஸம்பர்க் குழு’ அமைக்கப்பட்டதானது, 1848 பிப்ரவரி புரட்சிக்குப்பின் உருவான தற்காலிக அரசாங்கத்தில் பெரும்பான்மையினராக இருந்த பூர்ஷ்வா வர்க்கப்

பிரதிநிதிகள், பாரிஸ் நகரின் புரட்சிகரப் பாட்டாளி வர்க்கத்திற்கு வழங்கிய ஒரு சலுகையும் விட்டுக்கொடுப்பும் ஆகும். வெகு மக்களின் இடைவிடாத நிர்ப்பந்தத்தின் காரணமாக அத் தற்காலிக அரசாங்கம், வேலையற்றவர்களுக்கான 'தேசியத் தொழில் பட்டறைகள்' (National Workshops) அமைப்பதற்கும் உழைப்பு நேரத்தை ஒரு மணிநேரம் குறைப்பதற்கும் ஆணைகள் பிறப்பித்தது. தற்காலிக அரசாங்கம் பூர்ஷ்வா வர்க்க நலன்களைக் காப்பதற்கான கொள்கையைப் பின்பற்றியது. பெரும் பூர்ஷ்வாக்களுக்கு வரி விதிக்கப்படவில்லை. பிப்ரவரிப் புரட்சிக்கு முன்பு உழைக்கும் மக்கள் செலுத்தி வந்த வரிகள் இரத்துச் செய்யப்பட வில்லை. விவசாயிகளின் மீதான வரியில் 4.5% அதிகரிக்கப்பட்டது. இருந்தபோதிலும் அரசாங்கத்தில் தொழிலாளர் பிரதிநிதிகள் இருந்தது பூர்ஷ்வா வர்க்கத்திற்கு அச்சுறுத்தலாகவே அமைந்தது. எனவே பூர்ஷ்வா வர்க்கத்தின் பிரதிநிதிகள், அரசியலமைப்பு அவைக்கு (Constituent Assembly) விரைவில் தேர்தல் நடத்த முனைந்தனர்.

தற்காலிக அரசாங்கம் பழைய அரசு அமைப்பை சிறிதும் மாற்றாமல் அப்படியே பாதுகாத்து வைத்திருந்தது. அரசியலமைப்பு அவைக்கான தேர்தலை நடத்தும் பொறுப்பைத் தற்காக பமைய அரசு யந்திரத்திடம் ஒப்படைத்தது. அதற்குக்காரணம், அந்தத் தேர்தல் மேலும் பிற்போக்கான பிரதிநிதிகளை அவைக்குத் தேர்ந்தெடுக்க வழிசெய்து தொழிலாளர் பிரதிநிதிகளின் எண்ணிக்கையை வெகுவாகக் குறைத்துவிடும் என்பதை அரசாங்கம் அறிந்திருந்தது தான். அரசியலமைப்பு அவைக்கு தொழிலாளர்கள் தம் பிரதிநிதிகளைத் தேர்ந்தெடுப்பதைத் தடுக்க அரசு யந்திரம் தன்னால் இயன்றதனைத்தையும் செய்தது.

பாரிஸ் நகரத்தில் அரசியல் உணர்வு நிரம்பப் பெற்றிருந்த தொழிலாளர்கள் அச்சதித் திட்டத்தை அறிந்து கொண்டனர். எனவே தேர்தலுக்கான போதுமான ஆயத்தங்கள் செய்யும் பொருட்டு, அதனைத் தள்ளிவைக்க வேண்டிய தேவையையும் தற்காலிக அரசாங்கத்தில் ஒவ்வொரு வர்க்கத்திற்கும் இருந்த பிரதிநிதிகளின் விகிதாசாரத்தை மறுபரிசீலனை செய்ய வேண்டிய தேவையையும் உணர்ந்தனர். பூர்ஷ்வா வர்க்கத்தின் பிரதிநிதிகளோ, ஒரு 'கம்யூனிஸ்ட் சதி' நடப்பதாக புரளியைக் கிளப்பி விவசாயி வர்க்கத்திடையேயும் மத்தியதர வர்க்கத்திடையேயும் பீதியை உருவாக்கினர். கம்யூனிஸ்டுகள்

உற்பத்திக் கருவிகளையும் உற்பத்திச் சாதனங்களையும் மட்டுமல்லாது பெட்டி, படுக்கை முதலிய சொந்தப் பொருட்களையும் சமூகவுடைமையாக்கி விடுவர்; எல்லாருக்கும் ஒரே பாத்திரத்தில்தான் உணவு சமைக்கப்பட்டுப் பரிமாறப்படும்; மனைவிகளைப் பொதுச் சொத்தாக்கி விடுவர் என்பன போன்ற பொய்ப் பிரச்சாரங்களை அவிழ்த்துவிட்டனர். அத்தகைய கம்யூனிச எதிர்ப்புப் பிரச்சாரம், தொழிலாளர்கள் மீது அரசு யந்திரம் செலுத்திய நேரடியான நெருக்குதல்கள் ஆகியவற்றின் விளைவாக 880 பேர் கொண்ட அரசியலமைப்பு அவைக்கு தொழிலாளர்கள் 18 பிரதிநிதிகளை மட்டுமே அனுப்ப முடிந்தது.

பெரு முதலாளிகளுக்கு வரி விதித்தல், அரசாங்க நடவடிக்கைகளைக் கட்டுப்படுத்த ஒரு குழுவை அமைத்தல் பாரிஸ் நகரத்திலிருந்து துருப்புகளைத் திரும்பப் பெறுதல், வேலையற்றோருக்கும் வறியோருக்கும் உதவி செய்தல் ஆகிய தொழிலாளர் கோரிக்கைகள் அரசியலமைப்பு அவையால் ஏற்றுக்கொள்ளப்படவில்லை, ‘லக்ஸம்பர்க் குழு’ கலைக்கப்பட்டது. தேசியத் தொழில் பட்டறைகள் மூடப்பட்டன. பூர்ஷ்வா வர்க்கம் அவற்றை விரும்பியதற்குக் காரணம் அவற்றில் பாரிஸ் தொழில் அரசியல் ரீதியாக மிகவும் செயலாக்கமுள்ள பிரிவினர் வேலை பார்த்து வந்ததுதான்.

அது மட்டுமல்ல. தேசியப் பட்டறைகளை மூடிய பிறகு 25 வயதைத் தாண்டாதவர்கள் அனைவரும் இராணுவத்தில் கட்டாயமாகச் சேர வேண்டுமென்றும், வயதானவர்கள் பிரான்சின் மாகாணங்களுக்குச் சென்று மண் வேலை செய்ய வேண்டும் என்று 1848–ஜூன் மாதம் ஒரு ஆணை பிறப்பிக்கப்பட்டது. அந்த ஆணை அரசாங்கத்தின் உண்மை உருவத்தை அம்பலப்படுத்தியதால் தொழிலாளிகள் தங்கள் உரிமைகளைப் பாதுகாக்க ஆயுதமேந்திப் போராட முடிவு செய்தனர். நான்கு நாட்கள் மட்டுமே நீடித்த அவர்களது எழுச்சி மிருகத்தனமாக ஒடுக்கப்பட்டது. 25,000 பேர் கைது செய்யப்பட்டனர். கிளர்ச்சியாளர்களுக்கு ஒரே ஒரு தலைமை மையம் கூட இல்லாமல் போனதாலும் விவசாயி வர்க்கத்துடனும் பிரான்சின் இதர நகரங்களிலிருந்த தொழிலாளிகளுடனும் வலுவான தொடர்புகள் இல்லாமல் போனதாலும் கிளர்ச்சியாளர்களின் போராட்டம் தோல்வியடைந்தது. மற்றோர் புறமோ பூர்ஷ்வா வர்க்கத்தின் ஆதரவாளர்களின் பிடிப்பில் இருந்த இராணுவமோ அரசாங்கத்திற்கு முழு ஆதரவு

கொடுத்தது. கிளர்ச்சியாளர்களின் எண்ணிக்கை 40,000 முதல் 45,000 வரையில் இருந்தது. அரசாங்கத்திடமோ 3 இலட்சம் துருப்புகள் இருந்தன. எனினும் அந்தக் கிளர்ச்சி, பாட்டாளி வர்க்கத்திற்கும் பூர்ஷ்வா வர்க்கத்திற்குமிடையில் நடந்த முதல் உள்நாட்டுப் போர் என்ற அளவில் முக்கியத்துவம் பெற்றது.

பாரிஸ் நகரத் தொழிலாளர்களின் ஜூன்மாதக் கிளர்ச்சி தோற்கடிக்கப்பட்ட பின், பிற்போக்குச் சக்திகளின் கரம் ஓங்கியது. செய்தியேடுகளுக்கு விதிக்கப்பட்டிருந்த வரி அதிகரிக்கப்பட்டது. அதன் காரணமாக ஜனநாயகச் சக்திகளால் சொந்தப் பத்திரிகைகள் நடத்த முடியாமற் போயிற்று. ஜனநாயக ஆர்வலர்கள் கூடி விவாதித்து வந்த மன்றங்கள் (clubs) அரசாங்க அதிகாரிகளின் இறுக்கமான கட்டுப்பாட்டுக்குள் கொண்டு வரப்பட்டன. வேலை நேரத்தைக் குறைப்பதற்காக அரசாங்கம் பிறப்பித்திருந்த ஆணை ரத்துச் செய்யப் பட்டது. கடன்களைத் திருப்பித்தர முடியாதவர்களைச் சிறையில் அடைக்கும் பழக்கம் புதுப்பிக்கப்பட்டது.

நவம்பர் 12-ஆம் தேதி ஒரு புதிய அரசியல் சட்டம் பிரகடனம் செய்யப்பட்டது. அது பேச்சுச் சுதந்திரம், பத்திரிகைச் சுதந்திரம், கூட்டம் கூடும் சுதந்திரம் முதலிய பெயரளவுச் சுதந்திரங்களை அறிவித்தபோதிலும் நடைமுறையில் அச்சுதந்திரங்கள் குறுக்கப் பட்டன. பிரெஞ்சுக் குடியரசுத் தலைவர் பதவி உருவாக்கப்பட்டு, அமைச்சர்களையும் உயர் இராணுவ அதிகாரிகளையும் நியமிக்கும் அதிகாரம் உள்ளிட்ட ஏராளமான அதிகாரங்கள் குடியரசுத் தலைவருக்கு வழங்கப்பட்டன. அந்த அரசியல் சட்டத்தின்படி குடியரசுத் தலைவர் நாடாளுமன்றத்திற்குக்கூட பதில் சொல்ல வேண்டியதில்லை. 1848 – டிசம்பர் 20-ஆம் தேதி லூயி நெப்போலியன் முதல் குடியரசுத் தலைவராகத் தேர்ந்தெடுக்கப்பட்டான். பதவியேற்றவுடனேயே அவன், பிப்ரவரி புரட்சியின்போது அரசு இயந்திரத்திற்குள் நுழைந்திருந்த ஜனநாயகவாதிகளைப் பதவி நீக்கம் செய்தான். அரசாங்கத்தின் பிற்போக்குக் கொள்கைகளை எதிர்த்து 1849–இல் ஜனநாயகச் சக்திகள் போராடத் தொடங்கியதால், சட்டமன்றம் புதிய சட்டங்கள் இயற்றியது. அதாவது ஒருவர் ஒரு ஊரில் குறைந்தது மூன்றாண்டுகளாவது வசித்திருந்தால்தான் அவருக்கு வாக்குரிமை உண்டு என்பது போன்ற நிபந்தனைகளை விதித்த அச்சட்டத்தின் காரணமாக ஏறத்தாழ 30 லட்சம் தொழிலாளர்கள் வாக்குரிமையை இழந்தனர்.

1849–மே மாதம் நடந்த தேர்தல்களில் லெத்ரு –ரோலான், விவசாயிகளின் வாக்குகளில் மூன்றிலொரு பங்கையும், இராணுவத்தின் வாக்குகளில் அநேகமாக பாதி வாக்குகளையும் பெற்றார். அதன் காரணமாக 1852–ஆம் ஆண்டு நடைபெறவிருந்த குடியரசுத் தேர்தலில் ஒரு ‘சிவப்பு’ வேட்பாளர் போட்டியிடும் வாய்ப்பு ஏற்பட்டுவிட்டது என்று பூர்ஷ்வா வர்க்கம் அஞ்சியது. அரசியல் சட்டத்திற்கு முரணாக, குடியரசின் மீது லூயி நெப்போலியன் பலவந்தத்தைப் பயன்படுத்து வானேயாகில் அதை முறியடிப்பதற்காக ஒரு கிளர்ச்சியை செய்ய லெத்ரு–ரோலானின் தலைமையிலிருந்த நாடாளுமன்ற உறுப்பினர்கள் உறுதிபூண்டிருந்தனர். அரசியல் சட்டத்தை லூயி நெப்போலியன் மீறியதைக் கண்டனம் செய்து 1849–ஜுன் 13–ஆம் தேதி லெத்ரு – ரோலான் தலைமையில் மாபெரும் பேரணி நடைபெற்றது. ஆயுதம் தாங்கிப் போராடுமாறு லெத்ரு –ரோலான் அறைகூவல் விடுத்தார். அந்த எழுச்சி ஒடுக்கப்பட்டு விட்டது. அதற்குக் காரணம் மார்க்ஸ் ‘பிரான்சில் வர்க்கப் போராட்டம்‘ என்ற கட்டுரையில் கூறுவதுபோல குட்டி பூர்ஷ்வா வர்க்கத்தின் நாடாளுமன்ற முடக்குவாதமோ, அதற்கு உறுதிப்பாடு இல்லாமல் போனதோ அல்ல; மாறாக புரட்சிகர அமைப்பு, ஒருங்கிணைப்பு, முன்முயற்சி ஆகியன பாட்டாளி வர்க்கத்திடம் இல்லாமல் போனதுதான். நாடாளுமன்றத்தில் எஞ்சியிருந்த சோசலிச ஜனநாயகப் பிரதிநிதிகளோ, 1852–ஆம் ஆண்டு தேர்தலில் வெற்றியடைய முயற்சி செய்பவர்கள், அரசியல் சட்ட வழிமுறைகளைக் கைவிட்டுவிட்ட தொழிலாளர், விவசாயிகளின் இரகசியச் சங்கங்களில் சேர்ந்து பணியாற்ற விரும்புபவர்கள் என்று இரு அணிகளாகப் பிரிந்துவிட்டனர்,

இதற்கிடையே மார்க்சும் ஏங்கல்சும் ஜெர்மனிக்குத் திரும்பிச் சென்று அங்கு பூர்ஷ்வாப் புரட்சிக்கு ஆதரவாக ஒரு சோசலிச ஜனநாயகக் கூட்டணியைக் கட்டுவதில் ஈடுபட்டனர். அதன் பொருட்டு அவர்கள் 17 அம்சத் திட்டமொன்றை வெளி யிட்டனர். பூர்ஷ்வாக்கள் சிலரின் ஆதரவைப் பெறமுடியும் என்ற நம்பிக்கையில் உருவாக்கப்பட்டது அத்திட்டம். உழைப்பாளர் சங்கங்களை ஜெர்மனி முழுவதிலும் அமைப்பதற்காக மார்க்ஸ், கம்யூனிஸ்டுகளைப் பல்வேறு பகுதிகளுக்கு அனுப்பிவைத்தார். கோலோன் நகரத்தின் ஜனநாயக சங்கத்தில் உறுப்பினராகச் சேர்ந்த அவர், உள்ளூர் தொழிலாளர்கள் சங்கத்தின் தலைவராகத் தேர்ந்தெடுக்கப்பட்டார். அந்நகரத்தில்தான்

சோசலிச ஜனநாயக இயக்கத்தின் பாட்டாளி வர்க்க ஏடு என்ற முறையில் 'புதிய ரைன் நாளேடு' (Neue Rheinische Zeitung) என்பதைத் தொடங்கினார்.

ஜெர்மனியில் பூர்ஷ்வா – ஜனநாயகக் கூட்டணி நிலைக்க வில்லை. அன்று சிதறுண்டு கிடந்த ஜெர்மனியின் பல்வேறு பிரதேசங்களில் சிதறுபட்டுக் கிடந்த தொழிலாளர்களால் நாடு தழுவிய வகையில் ஒன்றிணைந்த போராட்டத்தை நடத்த முடியவில்லை. பாட்டாளி வர்க்கத்தைக் கண்டு அஞ்சிய ஜெர்மானிய பூர்ஷ்வா வர்க்கம் பிற்போக்குச் சக்திகளுடன் சமரசம் செய்து கொண்டது.

பிரான்சில் இரண்டாவது புரட்சி வெடிக்குமானால் அது சரிந்து விழுந்து கொண்டிருந்த ஜெர்மனியப் புரட்சியைத் தூக்கி நிறுத்தும் என மார்க்சும் ஏங்கல்சும் நம்பினர். ஆனால் 1848–ஆம் ஆண்டு ஜூன் மாதம் பிரான்சில் நடந்த நிகழ்வுகள் சோசலிச ஜனநாயகத்தின் மீது நம்பிக்கை வைப்பது வீண் செயல் என்பதையும், இரண்டாவது புரட்சி எங்கேனும் வெடிக்குமானால் அதை வழிநடத்திச் செல்ல ஆற்றலுடைய ஒரு தொழிலாளர் கட்சி இன்றியமையாதது என்பதையும் மெய்ப்பித்தன. 1849–இல் ஜெர்மனியின் அரசியலமைப்பைக் காப்பாற்றுவதற்கான இராணுவ நடவடிக்கைகள் தோற்றுப்போனபின் ஜெர்மனி யிலிருந்த ஜனநாயக சங்கங்களின் ரைன்லாந்துப் பகுதிக் குழுவிலிருந்து மார்க்ஸ் விலகி, தொழிலாளர் சங்கங்களின் பேராய' மொன்றையும் உழைக்கும் வர்க்கக் கட்சியொன்றையும் ஒழுங்கமைப்பதில் ஈடுபட்டார்.

இத்தகைய சூழ்நிலைமைகளில்தான் லூயி நெப்போலியன் (லூயி போனபார்ட்) 1851 – டிசம்பர் 2–ஆம் தேதியன்று தன்னை பிரெஞ்சு நாட்டின் சர்வாதிகாரியாகப் பிரகடனப்படுத்தி நாடாளுமன்றத்தைக் கலைத்து, பாரிஸ் நகரம் இராணுவ ஆட்சி யின்கீழ் கொண்டுவரப்பட்டதாக அறிவித்தான். பாட்டாளி வர்க்கத்திடமிருந்து தன்னைப் பாதுகாத்துக் கொள்வதற்காக அவன், அன்றைய தினமே பாரிசுக்குத் துருப்புகளைக் கொண்டுவந்து குவித்திருந்தான். நகரின் முக்கியமான பகுதிகளை துருப்புகள் ஆக்கிரமித்துக்கொண்டன. லூயி நெப்போலியனை எதிர்த்துப் போராடுவதற்குத் தனித்தனியாகச் செய்யப்பட்ட முயற்சிகள் எளிதாக நசுக்கப்பட்டன. அவனைப் பதவி நீக்கம் செய்வதாக அறிவித்துக் கண்டனத் தீர்மானம் நிறைவேற்றியது

நாடாளுமன்றம். ஆனால் அதனால் வேறெதையும் செய்ய இயல வில்லை. இவ்வாறு பெரும் பூர்ஷ்வாக்களுக்கு அதிகாரத்தைத் தந்து நாட்டில் பூர்ஷ்வா ஜனநாயக மாற்றத்தைக் கொண்டு வரும் பிரச்சினையை முழுமையாகத் தீர்க்க முடியாத நிலையில் புரட்சி முடிவுக்கு வந்தது.

1848-1849 புரட்சிகள் ஜெர்மனி, ஆஸ்திரியா, இத்தாலி, போலந்து, ஹங்கேரி ஆகிய ஐரோப்பிய நாடுகளிலும் நடைபெற்றன. அவையனைத்தும் தோல்விகண்டன. அவை எதிர்கொண்ட பிரச்சினைகள் ஒன்று கூட முழுமையாகத் தீர்க்கப்படவில்லை. எனினும் 1848-1849-ஆம் ஆண்டில் நடந்த புரட்சிகரச் சண்டைகள் பயனற்றவையாக இருக்கவில்லை. அவை பல நாடுகளில் நிலப் பிரபுத்துவ உறவுகளையும் நிலப்பிரபுத்துவத்தின் எச்சங்களையும் சீர்குலைத்தன. முதலாளித்துவம் நிலைபெறவும் வளரவும் வழிவகுத்ததுடன் பாட்டாளி வர்க்க அமைப்பும் உணர்வும் வளர்வதற்கு உதவின. 1848-1849-ஆம் ஆண்டுப் புரட்சிகள் அனைத்திலும் பரந்து பட்ட வெகுமக்கள் தீர்மானகரமான பாத்திரம் வகித்தனர். பாட்டாளி வர்க்கமும்கூட செயலூக்கத்துடன் பங்கேற்றது. 1848-இல்தான் புரட்சிகளின் வரலாற்றில் முதன்முறையாக பாட்டாளி வர்க்கம் தனது சொந்த அரசியல், பொருளாதாரக் கோரிக்கைகளுடன் போராட்டத்தில் நுழைந்தது. அது நிலப்பிரபுத்துவத்திற்கு மட்டுமல்ல, முதலாளித்துவ அமைப்புக்குமே எதிரிதான் என்பதை வெளிப்படுத்தியது.

1848-49 ஆம் ஆண்டுப் புரட்சிகளின் தோல்விக்கான முக்கியக் காரணம், வெகுமக்கள் எழுச்சியைத் தனது குறுகிய வர்க்க நலன்களுக்குப் பயன்படுத்திக்கொண்ட தாராளவாத பூர்ஷ்வா வர்க்கத்தின் துரோகம்தான். புரட்சியின்போது பாட்டாளி வர்க்கத்தின் செயல்பாடுகளைக் கண்டு அஞ்சிய பூர்ஷ்வா வர்க்கம், முடியாட்சிகளுடனும், பிற்போக்கு இராணுவ வாதச் சக்திகளுடனும் சமரசம் செய்து கொண்டு, மக்களுக்குத் துரோகம் இழைத்துவிட்டது.

ஆஸ்திரிய-ஹங்கேரியப் பேரரசிற்குள் இருந்த சிறுபான்மை ஸ்லாவிய தேசிய இனங்களின் தன்னுரிமைக் கோரிக்கையை, அந்நாடுகளில் இருந்த பெரும்பான்மை ஜெர்மானிய, ஹங்கேரிய தேசிய இனத் தலைவர்கள் அனுதாபத்துடன் கருத்தில் கொண்டு அவற்றை நிறைவேற்ற மறுத்ததால் அச்சிறுபான்மை இனங்கள்

ஆஸ்திரிய முடியாட்சியை ஆதரிப்பதன் மூலம் தமக்குப் பாதுகாப்புக் கிடைக்கும் என்று கருதின. அச்சிறுபான்மைத் தேசிய இனங்களைச் சேர்ந்த துருப்புகள் முடியாட்சியைக் காப்பாற்றும் பொக சக்திகளை ஒடுக்குவதில் பெரும்பங்கு வகித்தன. புரட்சி தோல்வியடைவதற்கு அதுவும் ஒரு காரணமாகும்.

விளக்கக் குறிப்புகள்-1 க்கான துணை நூல்களும் கட்டுரைகளும்

Draper, Hal — *Karl Marx's Theory of Revolution Volume IV Critique of Other Socialisms,* Monthly Review Press, New York, 1990.

German, Lindsey — *Reflections on the Communist Manifesto,* International Socialism, Summer 1998, London

Marx, Karl & Engels, Frederich — *Collected Works Volume 6 (1976), Volume 7 (1977), Volume 8 (1977), Volume 9 (1977) and Volume 10 (1978),* Progress Publishers, Moscow.

Marx, Karl & Engels, Frederich — *Manifesto of the Communist Party,* Authorised English Translation Edited and Annototed by Frederich Engels, re-edited from the Original of Dr. Riazanov Edition, 1922, Pearl Publishers, Calcutta, 1984.

Marx, Karl & Engels, Frederich — *The Communist Manifesto & A Modern Edition* with an introduction by Eric Hobsbawn, Verso, London, 1998.

Marx, Karl — *Eighteenth Brumaire of Louis Bonaparte,* Progress Publishers, Moscow, 1983.

Pantich, Leo & Leys, Colin (Ed) — *The Socialist Register 1998,* Merlin Press, London, 1998,

Wood, Ellen Meiksins — *The Communist Manifesto After 150 Years,* Monthly Review, Volume 50 No. 1, May 1998, New York

விளக்கக் குறிப்புகள் - II

விமர்சன- கற்பனாவாத சோசலிசமும் கம்யூனிசம்

1. **சேன் – சிமோன்** (Claude-Henri de Saint-Simon, 1760-1825)

சேன் – சிமோன், பொதுவுடைமைக் கட்சி அறிக்கையின் III. ஆம் பகுதியில் விமர்சன – கற்பனாவாத சோசலிசமும் கம்யூனிசமும்' என்ற பகுதியில் குறிப்பிடப்படும் சோசலிச முன்னோடிகளில் ஒருவராவார். சேன்–சிமோன் பற்றியும், மற்றொரு பிரெஞ்சு சோசலிச வாதியான ஷார்ல் ஃபூரியெ பற்றியும், அவர்களைப் பின்பற்றியவர்கள் குறித்தும் மார்க்சும் ஏங்கல்சும் செய்துள்ள மதிப்பீடுகளை 'கம்யூனிஸ்ட் கட்சி அறிக்கை', 'ஜெர்மானியக் கருத்தியல்' (German Ideology), 'கற்பனாவாத சோசலிசமும் விஞ்ஞான சோசலிசமும்', 'மூலதனம்' போன்ற அவர்களது படைப்புகளில் காணலாம.

சேன் – சிமோனிசத்தை நான்கு கட்டங்களாகப் பிரிக்கலாம்.

முதல் கட்டம்: *1814–15* ஆம் ஆண்டுகளில் சேன் – சிமோன் எழுதிய கட்டுரைகளில் காணப்படும் கருத்துகள். விஞ்ஞானம், பகுத்தறிவு, அறிவாளிகள் ஆகியோரைப் போற்றிப் புகழும் கருத்துகளுடன் அருவமான மனிதநேயக் கோட்பாடுகளும் அக்கட்டுரைகளில் காணப்படுகின்றன. சேன்–சிமோனிய சமூகப் பொருளாதாரக் கருத்துகள் கருநிலையிலிருந்த கட்டம் அது.

இரண்டாவது கட்டம்: அவரது வாழ்நாளின் கடைசிய பத்தாண்டுகளில் எழுதப்பட்ட படைப்புகளில் காணப்படும் கருத்துகள். முதலாளித்துவம் என்பது உலகில் நிலவும் ஒரு இயல்பான நிரந்தரமான அமைப்பு என்பதை மறுத்து, பகைமையும் போட்டிய நிலவுகிற அமைப்புக்குப் பதிலாக மக்களிடையே ஒத்துழை கூட்டுறவும் நிலவுகிற சமுதாய

அமைப்பு உருவாகும். அதாவது பிரபுக்கள், ஒட்டுண்ணிகளாக வாழ்க்கையை நடத்தும் பூர்ஷ்வா சொத்துடைமையாளர்கள் ஆகியோரின் பொருளாதார, அரச அதிகாரம் ஒழிக்கப்பட்டு 'தொழில் முனைவோரின் சமுதாயம்' (Society of the industrialists) உருவாகும் என்ற கருத்துகள் இப்படைப்புகளில் விரவியுள்ளன.

தான் வாழ்ந்த காலகட்டத்தில் சமுதாயம், சோம்பேறிச் சொத்துடைமையாளர்கள், உழைக்கும் தொழிலதிபர்கள் என்ற இரண்டு முதன்மையான வர்க்கங்களாகப் பிரிக்கப்பட்டிருப்பதாக சேன்–சிமோன் கருதினார். மேலும் அவர் கூறியதாவது: பெரும் நிலப் பிரபுக்கள், மூலதனத்தை வட்டிக்கு விடுதல், வீடுகளையும் கட்டிடங்களையும் வாடகைக்கு விடுதல் என்பன போன்ற வழிகளில் வருமானம் ஈட்டும் முதலாளிகள், இராணுவம், நீதித்துறை ஆகிய வற்றிலிருந்த அதிகாரவர்க்கத்தினர் (இவர்கள் பிரான்சின் 1830 ஜூலைப் புரட்சிக்குப் பிறகு ஏற்றம் பெற்றதாக சேன் –சிமோன் கருதினார்) ஆகியோர் முதல் பிரிவினர்; அவர்களது வருமானங்கள் நியாயமற்றவை; சமூக ரீதியில் பயனுள்ள செயல்பாடுகளைச் செய்யும் விவசாயிகள், கூலித் தொழிலாளிகள், கைவினைஞர்கள், வங்கித் தொழில் செய்பவர்கள், தொழிற்சாலை உடைமையாளர்கள், வாணிபர்கள், அறிவாளிகள், கலைஞர்கள் ஆகியோர் இரண்டாம் பிரிவைச் சேர்ந்தவர்கள். அவர்களது வருமானங்கள் நியாயமானவை.

தொழில் முனைவோரும் தொழிலாளிகளும் பொருளுற்பத்தியில் பங்கேற்பதால் இவ்விரு சாராருமே ஒரே வர்க்கமாக அமைகிறார்கள். என்று சேன்–சிமோன் கருதினார். தொழில் முனைவோர் அல்லது முதலாளிகள், உற்பத்தி இயக்கத்தின் தலைவர்கள்: தொழிலாளிகளோ உற்பத்தியைச் செயல்படுத்துபவர்கள். இதனால்தான் ஏங்கல்ஸ், சேன் –சிமோனிடம் ஒரு பாட்டாளி வர்க்கப் போக்கு, ஒருவகை பூர்ஷ்வா போக்கு ஆகிய இரண்டுமே இருப்பதாக ஒருமுறை கூறினார். அரசியல் போராட்டம், புரட்சி ஆகியனபற்றிய எதிர்மறைக் கருத்துகளை சேன் –சிமோன் கொண்டிருந்ததால் ஏழைகள் மீது அன்புகாட்டும்படி செல்வந்தர்களுக்கு வேண்டுகோள் விடுத்து வந்தார். பிரெஞ்சு மன்னன், ஆளும் வர்க்கங்கள் ஆகியோரிடம் திருச்சபை மூலம் மனம் மாற்றம் ஏற்படுத்துவதற்காக புதுப்பிக்கப்பட்ட ஒரு கிறிஸ்தவ மதத்தை உருவாக்குவதில் தனக்கு ஒத்துழைக்கும்படிப் பொது மக்களுக்கு வேண்டுகோள் விடுத்தார். எனினும் எண்ணிக்கையில்

மிகப்பெரிய, எல்லாரையும் பார்க்க மிக ஏழ்மையாயிருந்த வர்க்கத்தின் மீதே அவர் தனிக்கவனம் செலுத்தினார்.

தொழிலாளர்கள், கைவினைஞர்கள், தங்கள் சொந்த மூலதனத்தை முதலீடு செய்யும் முதலாளிகள் ஆகியோரடங்கிய ஒரு இலட்சிய சமுதாயத்தை சேன் – சிமோன் உருவாக்க விரும்பினார். ஆனால் இந்தச் சமுதாயத்தில் முதலாளிகள் தங்கள் செல்வத்தைத் துய்த்து, வேலை செய்யாமல் காலத்தைக் கழிக்க முடியாது. இங்கு எல்லாரும் கட்டாயமாக வேலை செய்தாக வேண்டும். எதிர்காலச் சமுதாய அமைப்பில் செல்வந்தர்கள் மக்களின் சேவகர்களாக இருப்பர். சமுதாயம் நிலைப்பதற்குத் தேவையான பணிகளை அவர்கள் ஒழுங்கமைப்பர். அந்த சமுதாயத்தின் பொது நலன்கள், விஞ்ஞானிகள், கலைஞர்கள், தொழில் முனைவோர்கள் ஆகியோரால் பாதுகாக்கப்படும். இவர்கள்தான் அரசு நிர்வாகத்தை மேற்கொள்வர். உலகியல் விஷயங்களைத் தொழில்முனைவோர் குழுவும் (Council of Industrialists) ஆன்மீக விஷயங்களை விஞ்ஞானங்கள் கழகமும் (Academy of Sciences) நிர்வகிக்கும்.

இவையிரண்டும் சேர்ந்து தேசியப் பொருளாதாரம் முழுவதையும் திட்டமிட்ட முறையில் ஒருங்கமைக்கும். இக்காரணங்களினால்தான் சேன் –சிமோன் தான் உருவாக்க விரும்பிய எதிர்கால சமூக அமைப்பை 'கூட்டு வாழ்வமைப்பு (Association) என்றழைததா. இது பூாஷவா தனி மனிதவாதத திலிருந்தும் முதலாளிய உற்பத்தியின் ஒழுங்கற்ற தன்மை யிலிருந்தும் விடுதலை பெற்ற சமுதாய அமைப்பு. அனைத்து வகை உற்பத்திக்கும் மிகச் சாதகமான ஒரு சூழலை உருவாக்கும் இச்சமுதாய அமைப்பில், மக்களின் நியாயமான தேவைகள் நிறைவு செய்யப்படுமாதலால், அங்கு கிளர்ச்சிக்கோ, கிளர்ச்சி செய்பவர்களை ஒடுக்கும் போலீசுக்கோ தேவையிருக்காது. இத்தகைய சமுதாய அமைப்பை உருவாக்குவதற்கு வன்முறையை நாடக்கூடாது. செல்வந்தர்களிடம் மனமாற்றம் ஏற்படத் தீவிரப் பிரச்சாரம் செய்யப்பட வேண்டும் – இவ்வாறு அவர் சிந்தித்தார்.

அவர் எழுதிய கடைசி நூலான 'புதிய கிறிஸ்துவம்' என்பதில் அவர் முழுக்க முழுக்க பாட்டாளி வர்க்கச் சார்பாளராகவே இருப்பதைக் குறித்து மார்க்ஸ், 'மூலதனம்' மூன்றாம் பாகத்தில் பாராட்டி எழுதியுள்ளார். எனினும் முதலாளி வர்க்கத்திற்கும்

பாட்டாளி வர்க்கத்திற்குமிடையிலான முரண்பாட்டை சேன் – சிமோன் பார்க்கவில்லை. அல்லது அதற்கு முக்கியத்துவம் தரவில்லை என்று கருதலாம். தனியுடைமையை ஒழிப்பதற்குப் பதிலாக அது தவறாகப் பயன்படுத்தப்படுவதை எதிர்த்தார். எதிர்காலத்தில் அது ஒழிக்கப்படும் என்று கருதுவதற்குப் பதிலாக அதனை சமூகக் கட்டுபாட்டுக்குள் கொண்டுவர முடியும் என்று நினைத்தார்.

மூன்றாவது கட்டம்: சேன் – சிமோனின் கருத்துகள் அவரது வாழ்நாளில் செல்வாக்குப் பெறவில்லை, எனினும் அவற்றை வளர்த்தெடுத்த புதிய விளக்கங்களைச் சொல்லக்கூடிய சீடர்கள் ஒரு சிலரை அவர் உருவாக்கியிருந்தார். அவர்கள் அவரை ஒரு தீர்க்கதரிசியாகக் கருதிப் போற்றிவந்தனர். சேன் – சிமோனின் கருத்துகள் அவரது மறைவுக்குப் பின்னர் கோட்பாட்டு வடிவம் பெற்றன. 1828–இல் அவரது சீடர்களிலொருவரான அர்மாண்ட் பஸார்ட் (Armond Basard) பாரிஸிலுள்ள தரான் தெருவில் ‘சேன் –சிமோனியக் கோட்பாட்டு விளக்கம்‘ என்ற தலைப்பில் ஆற்றிய சொற்பொழிவுகள்தான் தொடக்கமாக அமைந்தன. 1828–29 ஆம் ஆண்டுகளில் அவரும் சேன்சிமோனின் மற்றொரு சீடரான பார்த்தலெமி ப்ராஸ்பர் ஆன்ஃபன்தெனும் (Barthelemy Prosper Enfantin) ஆற்றிய சொற்பொழிவுகள் ஒன்றுதிரட்டப்பட்டு, ‘சேன் – சிமோனின் கோட்பாடுகள்: ஒரு விளக்கம்‘ என்ற நூலாக வெளியிடப்பட்டன.

சேன்–சிமோனின் மரணத்திற்குப் பிறகு 1837–ஆம் ஆண்டு வரை அவரது சீடர்கள் எழுதியவை, பேசியவை, அவர்களது செயல் பாடுகள் ஆகியன சேன் –சிமோனியத்தின் மூன்றாவது கட்டமாக அமைகின்றன. அந்தக்கட்டத்தில்தான் சேன் – சிமோனியம் உண்மை யான சோசலிசக் கோட்பாடாக மலர்ந்தது. உற்பத்திச் சாதனங்களின் தனியுடைமையை ஒழித்தல், உழைப்புக்கும் திறமைக்கும் ஏற்பப் பொருட்களைப் பகிர்ந்தளித்தல், உற்பத்தியை சமூக ரீதியில் திட்டமிட்டு ஒழுங்கமைத்தல் ஆகிய முழக்கங்கள் முன்வைக்கப்பட்டன. சேன்–சிமோனின் ஆதரவாளர்கள், வர்க்கங்கள், உடமைகள் ஆகியன குறித்து சேன்–சிமோன் கூறிய கருத்துகளுக்கும் சோசலிச விளக்கங்கள் தந்தனர். ‘தொழில் முனைவோர்கள்’ என்பவர்கள் தனியொரு வர்க்கமோ, ஒரே படித்தானவர்க்கமோ அல்ல என்றும் தனியுடைமை யாளர்கள் தொழிலாளர்களைச் சுரண்டுவதில்தான் போய் முடிகின்றனர் என்றும் முதலாளியத்

தொழில் முனைவோர்கள் சுரண்டல் வாதிகளே தவிர வேறல்லர் என்றும் அவர்கள் கூறினர்.

தனியுடைமையும் சுரண்டலும் ஒன்றுடன் ஒன்று பின்னிப் பிணைந்தவை; தனியுடைமையை வரம்புக்குட்படுத்த சொத்து வாரிசு உரிமை ஒழித்துக்கட்டப்பட வேண்டும்; அரசு மட்டுமே நாட்டிலுள்ள எல்லா உடைமைகளுக்குமான ஒரே வாரிசாக ஆக்கப்பட வேண்டும்; அது பொருளுற்பத்திக்கான மூலவளங்களை தொழில்முனைவோருக்கு வாடகைக்கு விட வேண்டும்; அத்தொழில் முனைவோர்கள் சமுதாயத்தின் முகவர்களாக மாறுவர்; இவ்வாறு தனியுடைமை படிப்படியாக பொதுவுடைமையாக மாறும்; எதிர்காலச் சமுதாயத்திற் கான பொருண்மை அடிப்படை பழைய சமுதாயத்திலேயே உள்ளது; உற்பத்திச் சக்திகளின் வளர்ச்சியின் தர்க்க ரீதியான விளைவாக சோசலிசம் உருவாகியே தீரவேண்டும்; எதிர்காலத் திட்டமிடப்பட்ட மையப்படுத்தப்பட்ட பொருளாதாரத்திற்கான முன்மாதிரியாக முதலாளியக் கடன்வழங்கு வங்கிமுறை அமைந்துள்ளது – இத்தகைய கருத்துகள் சேன் சிமோனியவாதிகளால் பரப்பப்பட்டு வந்தன.

உழைப்பின் மதிப்பு, மதிப்பின் உருவாக்கம், மதிப்பின் விநியோகம் ஆகியனபற்றிய விளக்கங்கள், முதலாளிய உற்பத்தி முறையின் காரணமாக ஏற்படக்கூடிய நெருக்கடிகள் பற்றிய... புரிதல்கள் ஆகியன சேன் – சிமோனியத்தில் இருக்கவில்லை என்றபோதிலும், சோசலிசக் கருத்துகளின், இயக்கத்தின் வளர்ச்சிக்கு அவை பெரும் தூண்டுதலாய் அமைந்தன. முதலாளியத்தால் உருவாக்கப்பட்ட பெரிய வங்கிகள், ஒரு நாட்டின் பொருளாதாரத்தை நிர்வதிப்பதிலும் அதன்மீது கட்டுப்பாடு செலுத்துவதிலும் பொதுக் கணக்குகளைப் பராமரிப்பதிலும் வகிக்கும் பாத்திரம் சோசலிச சமுதாயத்திலும்கூட வேறு வடிவத்தில் தொடரவே செய்யும் என்பதை மார்க்சியம் ஒப்புக்கொள்கிறது. ஆனால் கடன் வழங்கு வங்கிமுறை பற்றிய சேன்-சிமோனியக் கருத்துக்கள் பிற்காலத்திய சேன் – சிமோனியர்களால் குட்டி முதலாளியத் தன்மை வாய்ந்த கடன் வழங்கு வங்கிமுறையாக மாற்றப்பட்டு, அவர்கள் உருவாக்க விரும்பிய கூட்டு வாழ்வுக் குழாம்களின் மிக முதன்மையான அம்சமாக மாற்றப்பட்டது.

1830-ஆம் ஆண்டில் பிரான்சில் புரட்சிகரக் கொந்தளிப்பு ஏற்பட்டபோது, சேன் – சிமோனியம் நாடு தழுவிய கவனத்தைத் தன்பால் ஈர்த்தது. அச்சமயம் பஸார்டும்

ஆன்ஃபன்தெனும் சேன் – சிமோனிய இயக்கத்தின் தலைவர்களாக அங்கீகரிக்கப்பட்டிருந்தனர்.

1831–ஆம் ஆண்டுத் தொடக்கத்தில் சேன் – சிமோனிய இயக்கத்தினர், அவ்வியக்கத்தில் சேர்ந்த பியர்லெரோ (Pirere Leroux) என்பவருடைய துணையுடன் 'புவிக்கோளம்' (Globe) என்ற பெயரைக் கொண்ட ஒரு கூட்டு வாழ்வில்லத்தை விலைக்கு வாங்கினர். அச்சமயம் பிரெஞ்சு நாட்டின் மிகத் திறமை வாய்ந்த இளைஞர்கள் பலர் அவ்வியக்கத்தில் சேர்ந்து பணியாற்றி வந்தனர். அவர்களில் பாரிஸ் நகரத்தின் பல்கலைப்பள்ளி (Ecole Poytechnique) மாணவர்களும் அடங்குவர். சேன்–சிமோனிய இயக்க உறுப்பினர்கள் மூன்று படிநிலைகளைக் கொண்ட கூட்டு வாழ்வு அமைப்பினை உருவாக்கி பாரிஸ் நகரத்தின் மோஸிஸ் தெருவில் (Rue Mosigny) ஒரு கூட்டுவாழ்வில்லத்தை (அதை 'சங்கம்' என்றும் 'குடும்பம்' என்றும் அழைத்தனர்) உருவாக்கினர்.

நான்காவது கட்டம்: *1831*–ஆம் ஆண்டு முதல் சேன்–சிமோனியசத்தின் நான்காவது கட்டம் தொடங்கியது எனலாம். அந்தக் கட்டம் அதனுடைய வீழ்ச்சியைக் குறிப்பதாகவும் அமைந்தது. பிரெஞ்சுப் பாட்டாளி வர்க்கத்திடையே அதற்கு உறுதியான ஆதரவு இல்லாமல் போனதால், அவ்வர்க்கத்தின் முதல் புரட்சி நடவடிக்கைகள் சேன்–சிமோனியர்களிடையே திகைப்பை உண்டாக்கியது. மேலும், 'புதிய கிறிஸ்துவம்' என்ற நூலில் சேன்–சிமோன் எழுதியவற்றுக்கு விளக்கங்கள் தருவதில் கருத்து வேறுபாடுகள் தோன்றின. கூட்டு வாழ்வுக் கோட்பாட்டை பஸார்ட், ஆன்ஃபன்தென் ஆகிய இருவரும் ஏற்றுக்கொண்டனர். அதேபோல கூட்டுவாழ்வுச் சமுதாயத்தில் ஒவ்வொரு தனிநபருக்கும் உள்ள இடம், அவரவரது திறமைக்கு ஏற்றபடியும், தரப்படும் சன்மானங்கள் அவரவரது வேலைகளுக்கு ஏற்றவாறும் இருக்கவேண்டும் என்பதிலும் அவர்களிடையே கருத்தொற்றுமை இருந்தது. எனினும் கூட்டுவாழ்வுச் சமுதாயத்திற்குத் தலைமை தாங்கி வழிநடத்திச் செல்வதற்கு தகுதியுடைய அறிவியல்வாதிகளின், ஆன்மிகவாதிகளின் தலைமை என்பதைப் பொறுத்தவரையில் இருவருக்குமிடையே கருத்து வேறுபாடுகள் தோன்றின. அத்தகைய தலைமைக்குரிய தகுதி தன்னிடம் மட்டுமே இருப்பதாக ஆன்ஃபன்தென் கருதினார். அவரே ஒரு புதிய மதகுருவாக மாறினார்; புதிய புரோகித முறையை உருவாக்கினார்.

குடும்பம், ஆண்- பெண் உறவுகள் ஆகியனவற்றைப் பொறுத்த வரை, பெண்களின் முழுமையான விடுதலை, ஆண்களுக்கும் பெண்களுக்குமிடையே முழுமையான சமத்துவம் என்பன இருவராலும் ஏற்றுக்கொள்ளப்பட்டன. உடலை வருத்துதல், புலனடக்கம் என்ற கத்தோலிக்கக் கிறித்துவக் கொள்கைகளுக்கு மாறாக, ‘உடலுக்கு அதற்குரிய கௌரவமான இடத்தைத் திரும்ப ஒப்படைத்தல்’ என்ற கோட்பாடு முன்வைக்கப்பட்டது.

இக் கோட்பாட்டிற்கு விளக்கம் கொடுப்பதில்தான் பஸார்ட், ஆன்ஃபன்தென் ஆகியோருக்கிடையே கருத்து வேறுபாடுகள் தோன்றின. ஆணுக்கும் பெண்ணுக்குமிடையே சுதந்திரக் காதல், சுதந்திரமான உறவுகள் ஆகியவற்றை ஆன்ஃபன்தென் போற்றியொழுகத்தக்க ஒரு சமய நெறிபோலப் பிரச்சாரம் செய்தார்.

‘திருமணத்தின் கொடுங்கோன்மைக்குப் பதிலாக, கூட்டு வாழ்வுச் சமுதாயத்தில் சுதந்திரமான ஆண்-பெண் உறவு இருக்கும் என்றார். அதே சமயம் தாய்மையைப் போற்றினார். ஆண்-பெண் உறவுகள், கூட்டுவாழ்வுக் குழாமில் பெண்களுக்குரிய இடம் ஆகியன குறித்த அவரது இந்த நிலைப்பாடும், அவர் ஒரு சமய குருபோல நடந்து கொண்டதும் பஸார்டும் அவரது ஆதரவாளர்களும் சேன்-சிமோனிய கூட்டுவாழ்வியக்கத் திலிருந்து விலகி வெளியேறும்படி செய்தன. அதனையடுத்து 1832-ஆம் ஆண்டில் அக்கூட்டு வாழ்வு இல்லத்தினர் அடுத்தடுத்துப் பல ஆடம்பரமான விருந்து நிகழ்ச்சிகளை ஏற்பாடு செய்ததால் நிதி நெருக்கடி ஏற்பட்டது. எஞ்சியிருந்த உறுப்பினர்கள் பாரிஸ் நகரின் ஆன்ஃபன்தெனுக்குச் சொந்தமாக இருந்த மெர்ரிமோந்தான் (Merimontants) என்ற இடத்திற்குச் சென்று அங்கு கூட்டுவாழ்வில்லத்தை நடத்தி வந்தனர். அவர்கள் எல்லோரும் ஒரே விதமான சீருடை உடுத்த வேண்டும் என்ற விதி உருவாக்கப்பட்டு நடைமுறைப்படுத்தப்பட்டது. பிரான்ஸ் முழுவதிலும் தனக்கு 40,000 ஆதரவாளர்கள் இருப்பதாகக் கூறிவந்த ஆன்ஃபன்தென் தனது உடையின் மார்புப் பகுதியில் ‘குரு’ (le pere) என்ற எழுத்துக்கள் பொறித்த பாட்ஜினை எப்போதும் அணிந்து கொண்டிருந்தார். அவரது சீடர்களால் ‘உயிர் வாழும் வேதம்’ என்றழைக்கப்பட்ட அவர் தான் ‘கடவுளால் தெரிந்தெடுக்கப்பட்டவர்’ என்று அறி வித்தார். ‘பெண் தீர்க்கதரிசி’யாகவும் புதிய இரட்சகரொருவரின்

தாயாகவும் இருக்கக் கூடிய ஒரு பெண்ணைத் தேடிக் கண்டு பிடித்துக் கொண்டுவர நாட்டின் பல பகுதிகளுக்குத் தன் தூதுவர்களை அனுப்பினார். தான் வெறும் இறைத்தூதுவர் மட்டுமல்ல; கடவுளின் வார்த்தையின் அவதாரமே என்றும் அறிவித்தார். தனது கருத்துகளை 'நிலையான வாழ்க்கை : கடந்த காலம் நிகழ்காலம் எதிர்காலம்' என்ற நூலில் விரிவாக விளக்கினார்.

1830-ஆம் ஆண்டு ஜூலை புரட்சிக்குப் பிறகு ஆட்சிக்குவந்த ஆர்லியன்ஸ் அரசாங்கம், ஒழுக்கக்கேடான நடத்தை முறைகளைப் பின்பற்றியதாகவும் அபாயகரமான கருத்துகளைப் பரப்பியதாகவும் ஆன்ஃபன்தென் மீதும் அவரது குழுவினர் மீதும் குற்றம் சாட்டி ஆன்ஃபன்தெனுக்கு ஓராண்டுக்காலச் சிறைத்தண்டனை வழங்கியது. சிறைத்தண்டனை முடிந்து வெளிவந்த பிறகு ஆன்ஃபன்தெனும் அவரது ஆதரவாளர்கள் சிலரும் எகிப்துக்குச் சென்று அங்கு சிலகாலம் வாழ்ந்தனர். அவர்களிற் பலர் இஸ்லாமிய மதத்தைத் தழுவினர்.

கடைசிவரை தனது கொள்கைகளைக் கைவிடாதிருந்த ஆன்ஃபன்தென் பிரெஞ்சு நாட்டுக்குத் திரும்பி வந்து 1864-இல் காலமானார். இவ்வாறு 1832-லேயே சேன் – சிமோனியத்தின் அமைப்பு வடிவமும் இயக்கமும் வீழ்ச்சியடைந்தன. அதன் உறுப்பினர்கள் சிலர் தனித்தனியாக சேன்சிமோனிசக் கருத்துக்களைப் பரப்பிவந்தனர். வேறு சிலர் சோசலிசப் போக்குகளுடனும் தம்மை இணைத்துக்கொண்டனர். மற்றவர்கள் 'மரியாதைக்குரிய பூர்ஷ்வா குடிமக்களாக' மாறினர்.

எனினும் பிரான்சிலும் இதர நாடுகளிலும் சோசலிசக் கருத்துக்களின் பிற்கால வளர்ச்சிக்கு சேன் –சிமோனியம் பெரும் பங்களிப்புச் செய்தது. உலகம் முழுவதையும் ஒன்றிணைத்து ஒரே வகையான அரசியல், பொருளாதார, பண்பாட்டு அமைப்பை உருவாக்க வேண்டும் என்று விரும்பிய சேன் – சிமோனிய இயக்கத்தில் உறுப்பினர்களாக இருந்தவர்கள் பலர் புகழ்பெற்ற பொறியியலாளர்களாகவும், பொருளாதாரவாதிகளாகவும், வாணிபர்களாகவும் மாறினர். சூயஸ் கால்வாய்த் திட்டத்தை முதலில் வகுத்தவர்களே சேன்-சிமோனியர்கள்தான். அத்திட்டத்தை நடைமுறைப்படுத்தியவர் லெஸ்ஸெப்ஸ் (Lesseps) என்பது குறிப்பிடத்தக்கது.

2. ஷார்ல் ஃபூரியெ

(Charles Fourier, 1772-1837)

'விமர்சன - கற்பனாவாத சோசலிஸ்டுகள்' என்று கம்யூனிஸ்ட் கட்சி அறிக்கையில் குறிப்பிடப்படும் சோசலிச முன்னோடிகளிலொருவரான ஃபூரியெ, சேன் – சிமோனைப் போலவே ஒரு பிரெஞ்சுக்காரர்தான். முதலாளித்துவ சமுதாயத்தின் பொருளாதார, அறவியல் சீரழிவை அம்பலப்படுத்திய ஃபூரியெ அச்சமுதாயத்தில் நிலவிய பாலுறவு வடிவங்களையும் அங்கு பெண்களுக்கிருந்த நிலையையும் கடுமையாக விமர்சித்தவராவார். "எந்தவொரு சமுதாயத்திலும் பெண்களுக்குக் கிட்டியுள்ள விடுதலையின் அளவு பொது விடுதலையின் அளவுக்கு இயற்கையான அளவுகோலாகும் என்று முதன்முதல் கூறியவர் அவர்" என்று ஏங்கல்ஸ் பாராட்டியுள்ளார். மனிதகுல வரலாறு தொன்மைநிலை (ஏடன்), காட்டுமிராண்டி நிலை (தேக்கநிலை), தந்தை வழிச் சமுதாயம் (சிறுதொழில்), அநாகரிகநிலை, நாகரிக நிலை (பெரிய அளவுத் தொழில்) என்ற கட்டங்களினூடாக வளர்ந்து வந்துள்ளது என்றும் நாகரிக நிலை என்பது குடிமைச் சமுதாயம் அல்லது முதலாளியச் சமுதாயம் என்றும் கூறினார். நாகரிகம் (முதலாளியம்), தான் சாதிக்க விரும்புவதற்கு நேர் முரணான ஒன்றையே வந்தடைகிறது என்றும் நாகரிக வாழ்வின் மிகையான செல்வத்திலிருந்தே வறுமை உதித்தெழுகிறது என்றும் கூறினார்.

சேன் – சிமோனிய இயக்கம், தான் உருவாக்க விரும்பிய எதிர்காலச் சமுதாயம் (உலக சமுதாயம்) மையப்படுத்தப்பட்ட அதிகாரத்தின் கீழ் செயல்படும் என்று கூறியது. அரசு அமைப்பு

அதன் தொடக்க முனையாக இருந்தது. ஆனால் ஃபூரியெ, அதிகாரப் பரவலை முதன்மைப்படுத்தினார். அவர் உருவாக்க விரும்பிய எதிர் காலச் சமுதாயத்தின் தொடக்கமுனை அல்லது அடிப்படை அலகு, கூட்டு வாழ்வுக் குழாம் என்பதாகும். ஃபூரியெ தனது வாழ்வின் கடைசி ஆண்டுகளில், தனது திட்டங்களை நிறைவேற்றுவதற்கு நிதியுதவி செய்யக்கூடிய தாராள மனதுடைய முதலாளிகள் வருவார்கள் என்று அவர்களுக்காகத் தன் வீட்டில் நாட்கணக்கில் காத்திருந்தார். எனினும் அத்தகைய புரவலர்கள் யாரும் வரவில்லை.

சேன்–சிமோனியத்தின் வீழ்ச்சிக்குப் பிறகுதான் அவருக்குச் சிறிது ஆதரவு கிடைக்கத் தொடங்கியது. அவரது கருத்துகளை ஏற்று அவற்றை நடைமுறைப்படுத்த விரும்பிய ஆர்வலர்கள் சிலர் அவரைச் சூழத்தொடங்கினர். அவரது கருத்துகளைப் பரப்புவதற்காக 1832–இல் ஒரு பத்திரிகையும் தொடங்கப்பட்டது. 1832–இல் பிரான்சிலுள்ள வெர்செய் நகருக்கருகிலுள்ள நிலங்களில் ஒரு கூட்டுவாழ்வுக் குழாம் நிறுவுவதற்கான முயற்சி மேற்கொள்ளப்பட்டுத் தோல்வியைத் தழுவியது. தனது கருத்துகளுக்குச் செவிமடுக்காத இவ்வுலகிலிருந்து 1837–ஆம் ஆண்டு ஃபூரியெ நிரந்தரமாக விடைபெற்றுச் சென்று விட்டார். நாம் வாழும் உலகம் பல்வேறு கட்டங்களைச் சந்தித்திருக் கிறது என்று கூறிய ஃபூரியெ, தான் வாழ்ந்த கால கட்டத்தின் உலகத்தை ‘நாகரிகம்‘ என்றழைத்தார். செயற்கையான, கறைபடிந்த, ஊழல் படிந்த அனைத்தையும் குறிக்கவே ‘நாகரிகம்’ என்ற சொல்லைப் பயன்படுத்தினார். மனிதர்களால் உருவாக்கப்பட்ட வக்கரித்த நிறுவனங்கள்தான் இந்த நாகரிகத்தை உருவாக்கியதாக அவர் கருதினார். அத்தகைய நிறுவனங்கள் உருவாவதற்குக் காரணம், இவ்வுலகைப் படைத்தவரின் நோக்கங்களை நாம் தவறாகப் புரிந்து கொண்டதுதான் என்று கூறினார். இந்தத் தவறான புரிதலுக்கு அடிப்படையாக இருப்பது, நமது இயல்பான உணர்ச்சிகளை மோசமானவை என்றும் தீயவை என்றும் நாம் கருதுவதுதான் என்றார். நமது உணர்ச்சிகள் தடையின்றியும், ஆரோக்கியமாகவும், முழுமையாகவும் வளர்ச்சியடைவதற்கான வாய்ப்பை ஏற்படுத்திக் கொடுப்பதன் மூலம், இந்தச் சீரழிந்த நாகரிக உலகிலிருந்து நம்மால் விடுதலை அடைய முடியும் என்று கூறினார்.

மூன்று வகைகளுக்குள் உள்ளடக்கப்படக்கூடிய பன்னிரண்டு உணர்ச்சிகள் நமக்கு இருப்பதாக ஃபூரியெ கருதினார்:

1. இன்ப நுகர்ச்சியை நாடும் ஐம்புலன் உணர்ச்சிகள் (பார்த்தல், கேட்டல், ருசித்தல், முகர்தல், தொடுதல்)

2. உறவுகளை நாடச் செய்யும் உணர்ச்சிகள்; காதல், நட்பு, ஆசை, குடும்ப உணர்ச்சி அல்லது ஒருவர் குடும்ப உறுப்பினராகத் தன்னை – அடையாளப்படுத்திக் கொள்ள உதவும் உணர்ச்சி,

3. கட்டுப்படுத்தும் உணர்ச்சிகள், இவை மனிதர்களிடையே ஒற்றுமையை நாடச்செய்யும் உணர்ச்சிகள், ஒன்றிலிருந்து மற்றொன்றுக்கு மாறுதல், பிறரது உதாரணங்களைப் பின்பற்றுதல், முழுமையான ஆளுமை பெறுதல் ஆகியவற்றை நாடும் உணர்ச்சிகள். இவ்வகை உணர்ச்சிகளுக்குத்தான் ஃபூரியெ பிற எல்லா வற்றைக் காட்டிலும் அதிக அழுத்தம் கொடுத்தார்.

முதல் வகை உணர்ச்சிகள், பல்வேறு வகைப் பொருட்கள், விஷயங்கள் ஆகியவற்றுக்கான தேவையுடன் தொடர்பு கொண்டவையாகும். இரண்டாவது வகை உணர்ச்சிகள் போட்டி, பொறாமைக்கு இட்டுச் செல்லக்கூடியவை. மூன்றாவது வகை உணர்ச்சிகள் உள்ளக் களிப்பையும் தன்னை மறந்த நிலையையும் தரக்கூடியவை. மனமும் புலன்களும் இணைந்து ஒரே நேரத்தில் அனுபவிக்கப்படுகின்ற பல்வேறு இன்பங்களிலிருந்து பிறப்பவை இந்த உணர்ச்சிகள்.

முதலிரண்டு வகை உணர்ச்சிகளையும் கட்டுப்படுத்தி வைப்பது இந்த மூன்றாவது வகை உணர்ச்சிகள்தான். இவையும்கூட சில சமயங்களில் மனிதர்களுக்கிடையில் பிணக்குகள் ஏற்படுவதற்கும் போர்கள் ஏற்படுவதற்கும் காரணமாக இருக்கக்கூடிய சில கூறுகளைக் கொண்டுள்ளன. எனினும் ஒற்றுமை உணர்ச்சி (uniteisme) என்ற மாபெரும் சமூக உணர்ச்சியானது இறுதியில் எல்லா வகையான உணர்ச்சிகளையும் ஒன்றுக்கொன்று ஒத்திசையவைக்கும். எல்லா வகையான உணர்ச்சிகளும் தங்குதடையற்ற வெளிப்பாடு காணும் போது ஒத்திசைவு (harmony) ஏற்படும் – ஏழு வண்ண ங்கள் ஒன்றுசேர்ந்து வெள்ளை நிறம் உருவாவது போல.

உலகளாவிய ஒத்திசைவு என்பது, மனித உணர்ச்சிகள் யாவும் தங்குதடையற்று வளர்ச்சியடையும்போதுதான் சாத்தியம். இதன் பொருட்டு 'நாகரிகம்' என்பதிலிருந்து

முழுமையான முறிவை ஏற்படுத்திக்கொண்டு, மனித இயல்புக்கு ஏற்றதும் இவ்வுலகைப் படைத்தவரின் நோக்கங்களுக்கு ஒத்திசைகின்றதுமான ஒரு புதிய சமூக ஏற்பாட்டினை உருவாக்க வேண்டும். இத்தகைய ஏற்பாட்டினை வழங்கவல்லதுதான் கூட்டுவாழ்வுக் குழாம். இங்கு தனிநபர் சுதந்திரமும் மனிதர்கள் அனைவரது ஒற்றுமையும் ஒன்றுக்கொன்று முரணற்ற வகையில் நிலவும்.

முழுமையான ஒத்திசைவு அல்லது கூட்டு வாழ்வுச் சமுதாயத்தினை (Harmonism or Complete Association) என்று ஃபூரியெ அழைத்தார். அந்த இறுதி இலக்கை அடைவதற்கு முன் இரண்டு மாறுதல் கால கட்டங்களை, இடைநிலைக் கட்டங்களை (transition periods-guaranteeism, sociantism) மனிதகுலம் தாண்டிச் செல்ல வேண்டும். முதல் இடைநிலைக் கட்டத்தில் சமுதாய அலகாக இருப்பதுதான் கூட்டு வாழ்வுக் குழாம். அந்தக் கூட்டு வாழ்வுக் குழாமை உருவாக்கும் தனிநபர்கள் ஏழு அல்லது எட்டுப் பேர்கள் அடங்கிய பல குழுக்களாக (Groups) அமைவர். 24 முதல் 32 குழுக்கள் வரை ஒன்றிணைந்து ஒரு வரிசையாக (series) அமைவர். இவை ஒன்றிணைந்து ஒரு கூட்டுவாழ்வுக் குழாம் அமையும். இந்த மூன்று நிலைகளுமே சுய விருப்பத்தின், இயல்பான உணர்ச்சியின், அடிப்படையிலேயே உருவாக்கப்படும் வில் கூறுவதானால் இந்தக் கூட்டுவாழ்வுக் குழாம், பங்கு நிறுவனங்களின் (joint stock companies) அம்சங்கள் சிலவற்றைக் கொண்டிருக்கும். உற்பத்தியாளர் நுகர்வோர் கூட்டுறவுச் சங்கமாகவும் இருக்கும். ஒவ்வொரு கூட்டு வாழ்வுக் குழாமிலும் பல்வேறு வேலைகளில் ஈடுபடுவோரையும் அவர்களது குழந்தைகளை சேர்த்து 1500 முதல் 2000 பேர் இருக்கலாம் என்று ஃபூரியெ கருதினார்.

இக் கூட்டுவாழ்வுக் குழாமை நிர்வகிக்கும் அலுவலர்கள் குழாம் உறுப்பினர்களால் தேர்ந்தெடுக்கப்படுவர். கூட்டுவாழ்வுக் குழாம் என்பது உள்ளூர் மட்டத்தில் அல்லது ஏதோவொரு இடத்தில் பரிசோதனை முயற்சியாக நிறுவப்படும் அமைப்பு ஆகும். அங்கு அது வெற்றியடையுமானால் உலகம் முழுவதிலும் அத்தகைய அமைப்பகள் ஏற்படுத்தப்பட்டு உலகத்தை ஒன்றிணைக்க முடியும். உலகின் பல்வேறு பகுதிகளில் நிறுவப்படும் கூட்டு வாழ்வுக் குழாம்கள் தமது விருப்பத்தின்படி, சுதந்திரமாக ஆங்காங்கே ஒன்றிணைந்து கூட்டு வாழ்வுக் குழாம்களின் கூட்டமைப்புகளை உருவாக்கிக் கொள்ளலாம்.

அவற்றின் தலைமைப் பொறுப்புக்குத் தேர்தல்கள் மூலம் ஆட்கள் தேர்ந்தெடுக்கப்படுவர். பின்னர் உலகம் முழுவதுமுள்ள கூட்டு வாழ்வுக் குழாம்கள் ஒன்றிணைந்து உலகப் பெருங்கூட்டமைப்பினை உருவாக்கும். அதன் தலைவரும்கூட தேர்தல் மூலமாகத் தேர்ந்தெடுக்கப்படுவார். அவர் உலகின் தலைநகராக விளங்கப் போகும் கான்ஸ்டான்டிநோபிளில் வாழ்ந்து அங்கிருந்து செயல்படுவார்.

கூட்டு வாழ்வுக் குழாமில் ஆண்–பெண் உறவுகளுக்கும் கட்டுப்பாடு இராது. காதல், பாலுறவுச் சுதந்திரம் இருக்கும். ஆணும் பெண்ணும் சுதந்திரமாகச் சேர்ந்து வாழலாம் (Free Union). இத்தகைய ஐக்கியத்தை விருப்பப்பட்டால் கலைத்துவிடலாம் அல்லது அதனை நிரந்தரமான திருமண உறவாக மாற்றிக் கொள்ளவும் செய்யலாம்.

மக்களின் தேவைகள், திறமைகள், பயனுள்ள விளைவுகள் ஆகியவற்றைக் கருத்தில்கொண்டு, பல்வேறு வகையான உழைப்பு செயல்கள் கூட்டுவாழ்வுக் குழாமில் மேற்கொள்ளப்படும். விவசாய உற்பத்தி, தொழில் உற்பத்தி ஆகிய இரண்டும் அங்கு மேற்கொள்ள படும் என்றாலும் விவசாய உற்பத்திக்கே முதன்மை தரப்படும் தொழிலுற்பத்தி என்பதைப் பொறுத்தவரை, ஒப்பீட்டளவில் சிறிய ஆனால் அதிக உற்பத்தித்திறன் வாய்ந்த பட்டறைகளையே (work shops) ஃபூரியெ விரும்பினார். தொழிற்சாலை உற்பத்திமுறை (Factory system) என்பது 'நாகரிக' (முதலாளிய) கட்டத்திற்கு மட்டும் உரியமுறை என்று அதை நிராகரித்தார்.

ஃபூரியெ திட்டமிட்ட முறை கீழ்வருமாறு:

பங்குதாரர்கள் செலுத்தும் முதலீட்டைக் கொண்டு கூட்டு வாழ்வுக் குழாம் தொடங்கப்படும். எனவே முதலாளிகளை அது சேர்த்துக் கொண்டாக வேண்டும். ஏழைகளும் அதில் உறுப்பினர் களாக இருக்கலாம். தொடக்கத்தில் அவர்கள் பங்குதாரர்களாக இருக்க வேண்டியதில்லை. ஆனால் தமது உழைப்பை கூட்டுவாழ்வுக் குழாமுக்கான பங்களிப்பாக வழங்கலாம். பங்குகள் தனித்தனி நபர்களின் உடைமையாக இருக்கும். ஏற்றத்தாழ்வான உடைமை நிலவும். எனினும் ஒரு முதலாளி, அதில் உறுப்பினராகிவிடுவாரானால் அவர் பழைய அர்த்தத்தில் இனி முதலாளியாக இருக்க மாட்டார். ஆக்கரீதியான உழைப்பு நிலவுகிற சூழலில் அவர் நேரடியான

உற்பத்தி இயக்கத்திற்குள் இட்டுச் செல்லப்படுவார். அவர் தன்னிடமுள்ள திறமைக்கேற்றபடி கூட்டுவேலைக் குழாமின் மேலாளராகவோ, பொறியியலாளராகவோ, விஞ்ஞானியாகவோ அல்லது வேறு வகையிலோ பணியாற்றலாம். சமுதாயம் அவரது திறமையைப் பயன்படுத்திக் கொள்ளும். அப்படிப்பட்ட திறமை இல்லாவிட்டால் அவர் தான் தேர்ந்தெடுத்துக் கொள்ளும் உழைப்பாளர் அணியில் (series) சேர்ந்து ஏதாவதொரு உற்பத்தி உழைப்பைச் செய்து வரலாம். குழாமில் சேர்ந்துள்ள ஏழைகளின் குழந்தைகளுக்கும் செல்வந்தர்களின் குழந்தைகளுக்கும் இருவருக்கும் பொதுவான ஆரோக்கியமான சுற்றுச்சூழலில் கல்வி கற்பிக்கப் படுவதால் மேற்சொன்ன வேறுபாடுகள் வாழையடி வாழையாக நீக்கப்படும். பெரிய அளவில் பங்குகள் வாங்கியுள்ளவர்களுக்கு கூட்டுவாழ்வுக் குழாமை நிர்வகிப்பதில் சிலசிறப்புரிமைகள் இருக்கும். ஆனால் நிர்வாகக் குழுவில் அவர்கள் பெரும்பான்மையின ராக இருக்கமாட்டார்கள்.

எப்படியிருப்பினும் அந்த நிர்வாகக் குழுவின் பாத்திரம் வரம்புக்குட்பட்டதாக இருக்கும். சமுதாய ரீதியான உழைப்பை ஒழுங்கமைப்பதில் சிறப்புக் கவனம் செலுத்திய ஃபூரியெ, கூட்டு வாழ்வுக் குழாமின் உறுப்பினர்கள் ஒருவகை உழைப்பிலிருந்து மற்றொரு வகை உழைப்புக்கு அடிக்கடி மாறுவதன் மூலம் முதலாளியச் சமுதாயத்திலுள்ள உழைப்பின் பிரிவினையிலுள்ள எதிர்மறை அம்சங்களைக் களைந்தெறிய முடியும் என்று கருதினார்.[1] ஒவ்வொரு உறுப்பினருக்கும் ஒரு குறிப்பிட்ட குறைந்த அளவுக்கு உயிர்வாழ்வதற்குத் தேவையான பொருட்களும்

---

1. முதலாளிய உற்பத்திப் பிரிவினையின் கீழ் உழைப்பு சுவாரசியமற்றதாக, சலிப்பூட்டுவதாக அமைகிறது என்று ‘கம்யூனிஸ்ட் கட்சி அறிக்கை’யில் காணப்படும் கருத்துகள் ஃபூரியெவின் சிந்தனைத் தாக்கத்தின் காரணமாக எழுதப்பட்டதாகும் என மார்க்சிய அறிஞர் மிஷெல் லொவி (Michael Lowy) அண்மையில் சுட்டிக்காட்டியுள்ளார் (Michael Lowy, Globalisation and Internationalism: How up-to-date is The Communist Manifesto, Monthly Review, New York, vol.50 No.6 (November 1998,p.22). ‘கம்யூனிஸ்ட் கட்சி அறிக்கை’யிலுள்ள அக்குறிப்பிட்ட பகுதி கீழ்வருமாறு: “விரிந்த அளவில் இயந்திரங்கள் பயன்படுத்தப்படுவதாலும், உழைப்பின் பிரிவினையாலும், பாட்டாளிகளின் வேலை தனித்தன்மையனைத்தையும் இழந்துவிட்டது. அவர் இயந்திரத்தின் துணையுறுப்பாகி விடுகிறார். மிகவும் எளிமையான, அலுப்புத் தட்டுகிற வகையில் ஒரேவிதமான, மிகச் சுலபமாகப் பெறக்கூடிய கைத்திறன் மட்டுமே அவருக்கு வேண்டியிருக்கிறது. ‘Manifesto of the Communist Party, P.1).

மார்க்ஸ் பாரிஸில் வாழ்ந்தபோது எழுதிய குறிப்புகள் பின்னர் ‘பாரிஸ் கையெழுத்துப் படிகள்’ (Paris Manuscripts, 1844) என்ற தலைப்பிலும் ‘பொருளாதார, தத்துவக்

சாதனங்களும் உத்திரவாதம் செய்யப்படுமாதலால் உழைப்பு என்பது கட்டாய மானது என்ற நிலை நீங்கி சுதந்திரமான செயல்பாட்டின் வெளிப் பாடாக அமையும். உழைப்பைச் செய்வதற்கான புதிய தூண்டுதல்கள் உருவாகும். பிறரது நல்லுதாரணங்களைப் பின்பற்றுதல், சமுதாயத்திற்குப் பயன்படும் தொழிலைச் செய்வதில் விருப்பம் கொள்ளுதல், மகிழ்ச்சியோடு படைப்புத் தொழிலில் ஈடுபடுதல் ஆகியன இங்கு கைகூடும்.

உழைப்பின் உற்பத்தித்திறன் அதிகரிப்பதன் காரணமாக சமுதாயத்தின் செல்வமும் வருமானமும் விரைவாகப் பெருகும். மேலும், ஒட்டுண்ணி வாழ்வு மறைந்து அனைவரும் வேலை செய்யத் தொடங்குவர். இறுதியில் பழைய அமைப்பில் காணப்படுகிற பணவிரயமும் பொருள் விரயமும் முற்றாக ஒழியுமாதலால் இழப்புகள் தவிர்க்கப்படும். எதிர்காலச் சமுதாயத்தில் அபரிமிதமான பொருளுற்பத்தி இருக்கும். அது ஆரோக்கியமான, இயல்பான, மகிழ்ச்சி நிரம்பிய சமுதாயமாக இருக்கும்.

கூட்டு வாழ்வுக் குழாமில் கூலிக்கு அமர்த்தப்பட்ட தொழிலாளிகளோ கூலி வழங்கும் முறையோ இரா. உழைப்பின் உற்பத்தி, பண வடிவத்தில், கூட்டமைப்பு உறுப்பினர்களுக்கு அவர்களது உழைப்பு, மூலதனம், திறமை ஆகியவற்றுக்கு ஏற்ப ஒரு தனிவகை ஈவுத் தொகைகள் மூலம் பகிர்ந்தளிக்கப்படும். நிகர வருவாய் மூன்று பாகங்களாகப் பிரிக்கப்பட்டு அவற்றில் 5/12 பங்கு 'உழைப்பில் தீவிரப் பங்கேற்றோருக்கும்', 4/12 பங்குதாரர்களுக்கும், 3/12 பங்கு 'கோட்பாட்டு அறிவு மற்றும் நடைமுறைச் செயல்பாடுகளுக்கு வேண்டிய

கையெழுத்துப்படிகள் 1844' என்ற தலைப்பிலும் வெளியிடப்பட்டுள்ளன. அவற்றில் முதலாளிய உழைப்பின் பிரிவினையின் கீழ் அந்நியமாக்கப்பட்ட உழைப்பு (alienated labour) பற்றி மார்க்ஸ் எழுதியவற்றை ஒத்ததுதான், மேலே நாம் கண்ட 'கம்யூனிஸ்ட் கட்சி அறிக்கை' வாசகங்களும். மேற்சொன்ன கையெழுத்துப்படிகளில் 'அந்நியமாக்கப்பட்ட உழைப்புப் பற்றி மார்க்ஸ் கூறுவதாவது: "முதலில் உழைப்பு என்பது உழைப்பாளியைப் பொறுத்த வரை புறப்பொருள்போல் உள்ளது. அதாவது, அது அவனது சாராம்ச வாழ்வுக்குரியதாக இருப்பதில்லை. எனவே அவன் தனது உழைப்பில் தன்னை உறுதிப்படுத்திக் கொள்வதில்லை. மாறாக தன்னை மறுத்துக்கொள்கிறான். அவன் நிறைவடைவதில்லை. மாறாக மகிழ்ச்சியற்றவனாகிறான். தனது உடல், மன ஆற்றல்களைச் சுதந்திரமாக வளர்த்துக் கொள்வதில்லை. தன் உள்ளத்தை நாசம் செய்கிறான். எனவே இத்தகைய வேலைக்கு அப்பால் இருக்கும்போதுதான் தொழிலாளி, தான் தானாக

அறிவு’ ஆகியவற்றைப் பெற்றிருப்போருக்கும் தரப்படும். ஒவ்வொரு உறுப்பினரும் மேற்சொன்ன பிரிவுகளில் ஏதேனும் இரண்டிலும் இருப்பவர்களாதலால் (சிலர் மூன்று பிரிவுகளைச் சேர்ந்தவர்களாக இருப்பர்), அவரது வருமானம் பல்வேறு வடிவங்களில் இருக்கும். ஒவ்வொரு உறுப்பினரது உழைப்புக்கான ஊதியம் அவரது உழைப்பின் சமூக மதிப்பையும், அது மகிழ்ச்சி தரக்கூடியதா, இல்லையா என்பதையும் சார்ந்திருக்கும். எனினும் சாதாரண உழைப்பில் (முதன்மையாக உடல் உழைப்பில்) ஈடுபடும் உறுப்பினருக்கான ஊதியம், அவர் வெவ்வேறு வகை உழைப்பு அணிகளில் மாறிமாறிப் பங்கேற்பதன் காரணமாக, பிற உறுப்பினரின் ஊதியத்திற்கு ஏறத்தாழ சமமாக இருக்கும். எடுத்துக்காட்டாக, தோட்ட வேலை செய்யக்கூடிய ஒரு உறுப்பினருக்கு சராசரிக்கும் கீழ் ஊதியம் கிடைப்பதாக இருக்குமானால், அவர் பன்றி வளர்ப்புத் தொழில், குதிரை வளர்ப்புத் தொழிலில் ஈடுபடுகையில் சராசரி ஊதியத்திற்கும் அதிகமாகப் பெறலாம்.

மூலதனம் செலுத்தியுள்ளோர்களைக் காட்டிலும் உழைப்பைச் செலுத்துவோர்களுக்கே வருமானத்தை அதிகம் பகிர்ந்தளிக்க ஃபூரியெ விரும்பினார். “தொழிலாளர்களின் பங்குகளுக்கு’ அதிக அளவு ஈவுத்தொகை கொடுக்கப்பட வேண்டும் என்றார். அதாவது, சிறுசேமிப்புகளிலிருந்து தொழிலாளர்கள் வாங்கும் பங்குகளுக்கு அதிக ஈவுத்தொகைகளும், முதலாளிகளின் சாதாரணப் பங்குகளுக்கு குறைந்த ஈவுத்தொகைகளும் வழங்கப்படும். இக்கன முறைகளின்மூலம், சமுதாயத்தைத் துரிதமாக வளர்ச்சியம் செய்து அது செழிப்படைவதற்குத் தூண்டுகோலாக இருந்து வந்த ஏற்றத்தாழ்வு படிப்படியாகக் குறைக்கப்பட்டு உலகளாவிய வளமையும் சமத்துவமும் ஏற்படும்.

இருப்பதாக உணர்கிறான். வேலையில் இருக்கும்போதோ தன்னை இவ்வாறு உணர்வதில்லை. அவனது உழைப்பு தானாக முன்வந்து செய்யப்படுவதல்ல. வலுக்கட்டாயமாகத் திணிக்கப்பட்ட நிர்ப்பந்தப்படுத்தப்பட்ட உழைப்பு. எனவே அது ஒரு தேவையின் நிறைவு அல்ல; அதற்கு வெளியே உள்ள தேவைகளை நிறைவு செய்வதற்கான சாதனமாக உள்ளது.” (K. Marx, Economic and Philosophical Manuscript,1844, Foreign language Publishing House, Moscow, 1961,p,72) ‘அந்நியமாக்கப்பட்ட உழைப்பு’ பற்றிய மார்க்சின் இத்தகைய விளக்கங்களை அவரது பிற்கால ‘முதிர்ச்சியடைந்த’ கால எழுத்துக்கள் அனைத்திலும் காணலாம். ஃபூரியெவின் தாக்கம் எந்த அளவுக்கு இருந்தது என்பதைப் புரிந்து கொள்வது கடினமானதல்ல.

கூட்டு வாழ்வுக் குழாமில் உறுப்பினர்கள் பெறும் ஊதியத்திலிருந்து அவர்களுக்கு வேண்டிய பொருட்களையும் சேவைகளையும் வர்த்தகத்தின் மூலம் பெற்றுக்கொள்ளலாம். ஆனால் வர்த்தகம் முழுக்க முழுக்க கூட்டுவாழ்வு இயக்கத்தின் (Association or Federation) கையில் இருக்கும். கூட்டுவாழ்வுக் குழாம் சார்பில் செயல் படும் அந்த கூட்டுறவு இயக்கம், இதர கூட்டுவாழ்வுக் குழாம்களுடன் வாணிபம் புரியும்.

பண்டங்களின் விலைகளை சமுதாய நடுவர்கள் (arbitirators) நிர்ணயிப்பர்.

பொருட்கள் எவ்வெவ்வகையில் எந்த அளவிற்கு அவரவர் தேவைக்கு ஏற்பத் துய்க்கப்பட வேண்டும் என்பதன் பொருட்டு நுகர்வை ஒழுங்கமைக்க விரும்பினார் ஃபூரியெ. எல்லாரும் ஒரே அளவில் பொருட்களையும் சேவைகளையும் துய்க்க வேண்டும். ஆனால் ஏற்றத்தாழ்வான வருமானத்தின் காரணமான ஏற்றத் தாழ்வான நுகர்வு இருக்கும். எனவே இம்முரண்பாட்டைத் தீர்க்க சில வழிமுறைகளைத் திட்டமிட்டார் ஃபூரியெ. அதன்பொருட்டு உறுப்பினர்கள் வீட்டுப் பணிகளை (குறிப்பாக உணவு சமைப்பதை) தவிர்க்கவும் எல்லாருக்கும் பொதுவாக உணவு சமைத்து வழங்குதல், ஒவ்வொரு தனிநபரின் வருமானத்திற்கேற்றபடி சேவைகளை வழங்குதல் என்பனவற்றைத் திட்டமிட்டார். சேவைகளில் உள்ள ஏற்றத் தாழ்வுகளைக் குறைக்கும் பொருட்டு சொகுசுகள், ஆடம்பரங்கள் என்பவை தனித்தனி நபர்களுக்குரியவையாக இருப்பதற்குப் பதிலாக அவற்றை எல்லாருக்கும் பொதுவானவையாக்க விரும்பினார். அதாவது எல்லாருக்கும் பொதுவான கட்டிடங்கள், கேளிக்கைகள், திருவிழாக்கள் முதலியன நுகர்வு அளவுகளில் உள்ள ஏற்றத்தாழ்வைப் போக்கும். கூட்டுவாழ்வுக் குழாமின் உறுப்பினர்களும் அவர்கள் குடும்பத்தினரும் வாழ்வதற்கான வசிப்பிடங்கள், நூலகங்கள், கேளிக்கை அரங்குகள், ஓய்வு நேரத்தைச் செலவிடுவதற்கான இடங்கள் ஆகியனவற்றைக் கொண்ட கட்டிடங்கள் அமைக்கப்படும். இவற்றை ஃபூரியெ, ஃபலான்ஸ்தேர் (Phalanstery) என்று அழைத்தார்.

கூட்டுவாழ்வுக் குழாமில் உள்ள மிகவும் பணக்கார உறுப்பினருக்குக்கூட இங்கு மூன்று அறைகளுக்கு மேல் ஒதுக்கப்படாது. இவற்றை யாரும் தனிச்சொத்தாக்கிக் கொள்ள முடியாது. மேலும் தனிநபரின் நுகர்வு ஆரோக்கியமானதாக, அர்த்தமுள்ளதாக, சிக்கனமுள்ளதாக மாறும். கூட்டுவாழ்வுக் குழாமில் உள்ள ஒவ்வொருவரினதும் உளவியல், நடத்தைமுறைகள்,

அறவொழுக்கம் ஆகியவற்றின் மீது கவனம் செலுத்தப்படும். ஆண் – பெண் உறவு முறைகள், குழந்தை வளர்ப்பு, ஓய்வு நேரத்தை ஒழுங்கமைத்தல், விஞ்ஞானம், கலை ஆகியவற்றின் பாத்திரம் ஆகியன குறித்து ஃபூரியெ நூற்றுக்கணக்கான பக்கங்கள் எழுதியுள்ளார். குழந்தைகள் எல்லாருக்கும் பொதுப் பள்ளிகள் இருக்கும். அந்தந்தக் குழந்தையின் வேட்கைகள், விருப்பத் தேர்வுகள், திறமைகள், உணர்வுகள் ஆகியவற்றை நிறைவு செய்யும் வகையில் கலைகளும் அறிவியலும் கற்றுத் தரப்படும்.

ஃபூரியெவின் பொருளாதாரக் கொள்கை பற்றிய மார்க்சியவாதிகளின் விமர்சனம் கீழ்வருமாறு: ஃபூரியெ தனியுடைமையை ஒழிக்க விரும்பவில்லை. மாறாக, சமுதாயத்தின் எல்லா உறுப்பினர்களையும் உடைமையாளர்களாக மாற்றி, தனியுடைமையின் சுரண்டல் தன்மையையும் அதன் அழிவுமிக்க பின்விளைவுகளையும் ஒழிக்க விரும்பினார். இவ்வழிமுறையின் மூலம் வர்க்கப் பகைமை விரைவில் மறைந்து வர்க்கங்கள் ஒன்றிணைந்துவிடும் என்று கருதினார். கூட்டு வாழ்வுக் குழாம் பற்றியும் பல கூட்டு வாழ்வுக் குழாம்களை ஒன்றிணைக்கும் கூட்டு வாழ்வு இயக்கம் (Association) பற்றியும் நிறைய எழுதிய ஃபூரியெ, அரசு பற்றி எவ்விதக் கவனமும் செலுத்தவில்லை. கூட்டு வாழ்வுக் குழாம்களிடையே முனைப்பான பொருளாதாரத் தொடர்பும் பரிவர்த்தனையும் இருக்குமாதலால் அவற்றிற்கிடையே விரிந்த உழைப்பின் பிரிவினை நிலவவே செய்யும்.

கூட்டுவாழ்வுக் குழாமிற்குள் சரக்கு, பணம் ஆகியவற்றின் தன்மை எத்தகைய பாத்திரம் வகிக்கும்? கூட்டுவாழ்வுக் குழாமிற்குள் உள்ள உட்பிரிவுகள் ஒவ்வொன்றும் தமது உழைப்பின் விளைபொருட்களை எவ்வாறு பரிவர்த்தனை செய்யும்? மூலப்பொருட்களும் ஓரளவிற்கே தயாரான பொருட்களும் (Semi-finished products) எவ்வாறு இறுதி உற்பத்திப் பொருட்களாக மாற்றப்படும்? ஃபூரியெ கூறுவதுபோல யாரும் எதையும் விற்பனை செய்யவேண்டியதில்லை. எதையும் வாங்க வேண்டியதில்லை, மையப்படுத்தப்பட்ட கணக்கு வழக்குமுறை இருக்கும் என்றால், கூட்டுவாழ்வுக் குழாம் சரக்குப் பரிவர்த்தனை வர்த்தகத்தில் ஏன் ஈடுபட வேண்டும்? கூட்டுவாழ்வுக் குழாமில் முக்கியப் பாத்திரம் வகிப்பதாக ஃபூரியெ கருதிய பொது நுகர்வு நிதியங்கள் (பள்ளிக் கூடங்கள், நாடக அரங்குகள், நூலகங்கள், கேளிக்கைக்கூடங்கள், பொது விழாக்கள், பொது சலவை அறைகள் முதலியனவற்றை உருவாக்கவும் நடத்தவும் தேவையான நிதிகள்) எவ்வாறு உருவாக்கப்படும் என்பதும்

தெளிவுபடுத்தப்படவில்லை. கூட்டு வாழ்வுக் குழாமின் மொத்த வருமானத்திலிருந்து இவற்றுக்கு நிதி ஒதுக்குவது குறித்தோ, தனியார் வருமானங்கள் மீது வரிவிதிப்பது குறித்தோ, ஃபூரியெ ஏதும் சொல்லவில்லை. இந்தப் பொதுத்திட்டங்களுக்குச் செல்வந்தர்கள் தாராளமாக நன்கொடை வழங்குவர் என்ற குறிப்பு மட்டும் ஃபூரியெவின் எழுத்துக்களில் காணப்படுகிறது.

மூலதனத் திரட்டல் (capital accumulation), அதன் சமூகக் கூறுகள் குறித்தும் ஃபூரியெ எவ்விதக் குறிப்புகளும் எழுதவில்லை. கூட்டு வாழ்வுக் குழாமின் மொத்த வருமானத்திலிருந்து தொழில்களுக்கான முதலீடுகள் செய்வதற்கான நிதிகள் ஒதுக்கீடு செய்வது குறித்த ஏற்பாடுகள் ஏதும் இல்லாததால், மூலதனத் திரட்டல் என்பது தவிர்க்க முடியாதபடி கூட்டு வாழ்வுக் குழாம் உறுப்பினர்களின் சேமிப்பிலிருந்தே உருவாக்கப்பட வேண்டும். பங்குகளை வாங்குவது என்பது மூலதனத் திரட்டலின் ஒரு வடிவமாகும். கூட்டு வாழ்வுக் குழாமில் உறுப்பினர்களாக உள்ள முதலாளிகளும் செல்வந்தர்களும் மற்ற உறுப்பினர்களைக் காட்டிலும் அதிகமான வருமானம் பெறுவார்க ளாதலால் மற்ற உறுப்பினர்களைவிட அவர்களால் அதிகப் பங்குகளை வாங்கமுடியும். எனவே மூலதனமும் செல்வமும் ஒரு சிலர் கைகளில் குவிவதைத் (Concentration of Capital) தவிர்க்க இயலாது. ஃபூரியெ இந்த அபாயத்தை உணர்ந்திருந்தார். எனவேதான் பங்குகளை விற்பனை செய்வது குறித்த சில ஏற்பாடுகளைச் செய்தார். எனினும், ஒரு குறிப்பிட்ட கூட்டுவாழ்வுக் குழாமானது முதலாளிகளைக் கவர்ந்திழுக்கக் கூடியதாக இருக்க வேண்டும் என்று அவர் விரும்பியதால், அவர்கள் இதர கூட்டுவாழ்வுக் குழாம்களிலும் பங்குகளை வாங்கும் சாத்தியப்பாட்டை வரவேற்கவே செய்தார். எனவே கூட்டுவாழ்வுக் குழாம் என்ற அமைப்பு முதலாளிகளையும் முதலாளியத்தையும் தோற்றுவிக்கும் என மார்க்ஸ், ஏங்கல்ஸ் ஆகியோரால் விமர்சிக்கப்பட்டது.

எனினும் மனித உறவுகள், ஆண் – பெண் உறவு, உழைப்பைச் சுவாரசியமானதாக்குதல், மானுட உணர்ச்சிகளை ஆக்கப்பூர்வமான வழியில் மேம்படுத்துதல், பாலுறவுச் சுதந்திரம் ஆகியனபற்றி ஃபூரியெ கூறியவை பெண்ணியலாளர்களால் இன்று மிகவும் முக்கியத்துவம் வாய்ந்தவையாகக் கருதப்படுகின்றன. அவற்றைக் குறித்து முதன்மையான மார்க்சியத் தத்துவவாதிகள் கவனம் செலுத்தவில்லை என்பது பெண்ணியலாளர்களின் விமர்சனங்களிலொன்றாகும்.

3. இராபர்ட் ஓவன்
(Robert Owen 1771-1858)

மார்க்ஸ், ஏங்கல்ஸ் ஆகியோரால் விமர்சன – கற்பனாவாத சோசலிஸ்டுகள் என்றழைக்கப்பட்டவர்களிலொருவர் இங்கிலாந்தைச் சேர்ந்த இராபர்ட் ஓவன். அங்கும் பின்னர் அமெரிக்காவிலும் அவர் 'உள்நாட்டுக் குடியேற்றங்கள்' (Home colonies) என்ற பெயரில் கூட்டு வாழ்வுக் குழாம்களை அமைத்துத் தனது கற்பனாவாதச் சோசலிசக் கருத்துகளை நடைமுறைப்படுத்த முயன்றார்.

ஓவன் செயல்பட்ட காலகட்டம் குறித்து ஏங்கல்ஸ் டூரிங்குக்கு மறுப்பு (Anti Duhring) என்ற நூலில் எழுதுவதாவது:

"பிரான்சில் புரட்சிச் சூறாவளி வீசியடித்துக் கொண்டிருந்த அதேநேரத்தில் இங்கிலாந்தில் அதைவிட அமைதியான ஆனால் அப்படி அமைதியானதாக இருந்த காரணத்தினாலேயே பேராற்றலில் சிறிதும் குறையாத, புரட்சியொன்று நடந்து கொண்டிருந்தது. நீராவியின் ஆற்றலும் புதிய கருவியை உற்பத்தி செய்யும் இயந்திரங்களும் பட்டறைத் தொழிலை (manufacture) நவீனத் தொழில்களாக மாற்றியமைத்துக் கொண்டிருந்தன. இவ்வாறு, முதலாளியச் சமுதாயத்தின் அடித்தளம் முழுவதையும் புரட்சிகரமாக மாற்றியமைத்துக் கொண்டி ருந்தன. பட்டறைத் தொழில் காலகட்டத்தில் இருந்த வளர்ச்சியின் மந்தகதியிலான முன்னேற்றம், புயல் வேகத்தில் உற்பத்தி நிகழும் கட்டமாக மாறியது. இடைவிடாது அதிகரித்துவரும் வேகத்துடன் சமுதாயம் பெரிய முதலாளிகள் என்ற ஒரு பிரிவாகவும் உடைமை ஏது மில்லாத பாட்டாளிகள் என்ற பிரிவாகவும் தொடர்ந்து பிளவுபட்டுக் கொண்டு வந்தது.

இவற்றுக்கு இடையே முன்பு இருந்த நிலையான நடுத்தர வர்க்கத்திற்குப் பதிலாக நிலையற்ற கைவினைஞர்கள் கூட்டமும் சிறு கடைக்காரர் கூட்டமும் – இவர்கள் சமுதாயத்தில் மிகவும் தடுமாற்றத்திலுள்ள மக்கள் பிரிவினர் – இப்போது மிகவும் நிச்சயமற்ற வாழ்வை நடத்த வேண்டியதாயிற்று.

புதிய உற்பத்தி முறை இன்னும் தனது வளர்ச்சிக் கால கட்டத்தின் துவக்கத்தில் மட்டுமே இருந்தது .... இருந்தபோதிலும் அப்பொழுதே அது மிக மோசமான கேடுகளைப் புரிந்துகொண்டிருந்தது. அதாவது பெரிய நகரங்களில் மிக மோசமான பகுதிகளில் வீடற்ற மக்களை மந்தைகள் போல அடைத்து வைத்தல்; தந்தையிடம் பணிவு, குடும்ப உறவுகள், மரபான ஒழுக்க நெறிப்பிணைப்புகள் ஆகியவற்றைத் தளர்த்துதல்; வேலை நாளை அளவுக்கு மீறி நீட்டித்தல்; குறிப்பாகப் பெண்களையும் குழந்தைகளையும் மிகப் பயங்கரமான அளவுக்கு வேலை செய்ய வைத்தல்; முற்றிலும் புதிய நிலைமைகளுக்குள் (கிராமங்களிலிருந்து நகரங்களுக்கு, விவசாயத்திலிருந்து நவீனத் தொழில் துறைக்கு, நிலையான வாழ்க்கை நிலைமைகளில் இருந்து நாள்தோறும் மாறும் பாதுகாப்பற்ற நிலைமைகளுக்கு) திடீரென்று தள்ளி பாட்டாளி வர்க்க முழுவதன் மனோதிடத்தைக் குலைத்தல் ஆகியனவே அக்கேடுகளாகும்.

இத்தலகயதொரு காபெச் சூழலில் தான் பட்டறை உற்பத்தியாளரொருவர் சீர்திருத்தம் செய்வதற்கு முன்வந்தார். அவருக்கு அப்போது 29 வயது. குழந்தை போன்ற எளிய இயல்புடையவராகவும் அதே சமயத்தில் பிறப்பிலேயே மனிதர்களின் தலைவராகத் திகழும் தகுதி படைத்தவராகவும் இருந்தார். மனிதனின் இயல்பு ஒருபுறம் மரபுவழியிலும் மற்றொரு புறம் அவனது வாழ்க்கைக் காலத்தில் உள்ள சுற்றுச்சூழல்களாலும் – குறிப்பாக அவன் வளர்ச்சியடையும் கால கட்டத்திலுள்ள சுற்றுச்சூழலாலும் – ஏற்படும் விளைவாகும் என்ற பொருள்முதல்வாதத் தத்துவவாதிகளின் போதனையை இராபர்ட் ஓவன் ஏற்றுக்கொண்டிருந்தார். தொழில் புரட்சியின்போது அவரது வர்க்கத்தைச் சேர்ந்தவர்களிற் பெரும்பாலோர் பெருங்குழப்பத்தையும் ஒழுங்கின்மையையும் மட்டுமே கண்டனர். குழப்பநிலையைப் பயன்படுத்தித் தங்கள் சுயநலனைப் பெருக்கிக் கொள்வதற்கும் விரைவாகப் பெருஞ்செல்வம் திரட்டவுமான வாய்ப்பினை ஏற்படுத்திக்

கொண்டனர். ஆனால் அவரோ (இராபர்ட் ஓவனோ) தமக்கு மிகவும் விருப்பமான தத்துவத்தைச் செயல்படுத்துவதற்கான ஒரு வாய்ப்பினை அந்தக் குழப்பநிலை தமக்கு வழங்குவதாகக் கருதினார். மான்செஸ்டரில் இருந்த ஒரு தொழிற்சாலையில் 500 தொழிலாளர்களுக்கும் அதிகமானவர்கள் இருந்தனர். அவர்களது மேலாளர் என்ற முறையில் அங்கு குழப்பத்தினை நீக்கி ஒழுங்கினைக் கொண்டுவரும் வெற்றிகரமான சோதனையைச் செய்திருந்தார். 1800 முதல் 1829 ஆண்டுகள் வரையில் அவர் இதே வழிகளில் ஆனால் மேலாதிகச் செயல் சுதந்திரத்தோடு ஸ்காட்லாந்திலிருந்த நியூ லனார்க்கில் இருந்த பெரிய பஞ்சாலையில் நிர்வாகப் பங்காளியாக இருந்து அதை இயக்கினார். இதில் அவரடைந்த வெற்றி ஐரோப்பா முழுவதிலும் அவருக்கு நற்பெயர் ஈட்டித் தந்தது... 2500 பேர் இருந்த நியூ லனார்க்கை முன்மாதிரிக் குடியிருப்பாக மாற்றிக் காட்டினார். அங்கு குடிப் பழக்கம், போலீஸ், நீதிபதிகள், சட்ட வழக்குகள், ஏழைகளை ஒழுங்குபடுத்தும் சட்டங்கள், தருமம் என்பன ஏதும் இல்லாமல் செய்தார்... குழந்தைப் பள்ளிகளின் நிறுவனராக இருந்து அவற்றை முதலில் நியூ லனார்க்கில் முதன்முதலாகத் தொடங்கி வைத்தார். இரண்டு வயதிலேயே குழந்தைகள் பள்ளிக்கு வந்தனர், அங்கு அவர்கள் ஆடிப்பாடி மகிழ்ந்தனர். அவர்களுக்கு வீடு திரும்புவதற்கே மனம் இருக்காது. அவருடன் போட்டியிட்ட தொழிலதிபர்கள் தமது ஆட்களிடம் ஒருநாளைக்கு 13 அல்லது 14 மணி நேரம் வேலை வாங்கினர். ஆனால் நியூ லனார்க்கில் வேலைநேரம் நாளொன்றுக்குப் பத்தரை மணிநேரந்தான். பஞ்சுத் தட்டுப்பாட்டின் காரணமாக நான்கு மாதங்கள் வேலைகள் நிறுத்தப்பட்டிருந்தபொழுது அவரது தொழிலாளிகள் அந்தக் காலம் முழுவதற்கும் முழு ஊதியம் பெற்றார்கள்....

இவையனைத்தும் இருந்தபோதிலும் அவர்... தொழிலாளர்களுக்குத் தான் கிடைக்கச் செய்த வாழ்க்கை நிலைமை மானுட ஜீவிகளுக்குப் போதிய தகுதியுடையது என்ற நிலையை எட்டவில்லை என்று கருதினார். 'மக்கள் என் தயவில் அடிமைகளாக இருக்கிறார்கள்'.

இந்த நிலையை மாற்றுவதற்காக, ஓவன் கம்யூனிசக் குடியிருப்புகளை உருவாக்க முயற்சி செய்ததை ஏங்கல்ஸ் விளக்குகிறார்: 1829–இல் அயர்லாந்தில் ஏழ்மையை நீக்குவதற்கு கம்யூனிஸ்டுக் குடியிருப்புகளை நிறுவத் திட்டமிட்டார் ஓவன்.

அவர் செல்வந்தராக இருந்து ஏழை மக்களுக்கு ஆதரவு காட்டும் ஒரு புரவலராக இருந்த வரை அவருக்கு அவரது சொந்த வர்க்கத்தைச் சேர்ந்தவர்களும் கூட பாராட்டுத் தெரிவித்து வந்தனர். ஆனால் அவர் தமது கம்யூனிஸ்டுத் தத்துவங்களுடன் முன்வந்தபோது, நிலைமை முற்றிலும் வேறாகி விட்டது. தனிச்சொத்து, சமயம், இன்றைய திருமணமுறை என்ற மூன்று மாபெரும் முட்டுக்கட்டைகள் சமூகச் சீர்திருத்தத்திற்கு எதிரான பாதையைத் தடைப்படுத்துகின்றன என்று கருதினார். ஆனால் பின்விளைவுகளைப் பற்றிக் கவலைப்படாமல் அவற்றை அவர் தாக்கினார்.... ஆதலால் அதிகாரப்பூர்வமான சமுதாயத் திலிருந்து விலக்கப்பட்டார். பத்திரிகைகள் அவரை எதிர்த்துத் திட்டமிட்டு மௌனம் சாதித்தன.

அமெரிக்காவில் அவர் நடத்திய வெற்றிபெறாத கம்யூனிஸ்டு பரிசோதனைகளால் நொடிந்து போய் தமது செல்வம் முழுவதையும் தியாகம் செய்து, பின்னர் தொழிலாளி வர்க்கத்திடம் நேரடியாகச் சென்றார். முப்பதாண்டுகள் அவர்களிடையே தொடர்ந்து பணியாற்றினார். இங்கிலாந்தில் தொழிலாளிகள் சார்பான எல்லா சமுதாய இயக்கங்களும் உண்மையான அனைத்து முன்னேற்றங்களும் இராபர்ட் ஓவனின் பெயருடன் இணைந்தவையாகும். ஐந்தாண்டுகள் போராடி அவர் தொழிற்சாலைகளில் பெண்களும் சிறுவரும் வேலை செய்யும் நேரத்தைக் கட்டுப்படுத்தும் முதல் சட்டம் 1819-இல் கொண்டு வரும்படி நிர்ப்பந்தப்படுத்தினார். இங்கிலாந்திலிருந்த தொழிற்சங்கங்கள் எல்லாம் தனி ஒரு மாபெரும் தொழிலாளர் அமைப்பில் ஒன்று சேர்ந்த முதல் மாநாட்டிற்கு அவர் தலைமை வகித்தார். சமுதாயம் முழுவதையும் கம்யூனிச முறையில் ஒழுங் கமைக்கும் பொருட்டு இடைக்கால நடவடிக்கைகள் என்ற முறையில் ஒருபுறம் சில்லறை விற்பனை, உற்பத்திக் கூட்டுறவுச் சங்கங்களைப் புதிதாகத் தொடங்கி வைத்தார். [1]

இவை, வணிகர்களும் பட்டறை உரிமையாளரும் சமுதாய ரீதியாக முற்றிலும் தேவையற்றவர்கள் என்பதை நடைமுறையில் மெய்ப்பித்தன. மறுபுறம் அவர் உழைப்புச்சீட்டுகளை (Work-

---

1, அந்த பண்ட விற்பனை உற்பத்திக் கூட்டுறவுச் சங்கங்களில் பணியாற்றிய தொழிலாளிக்கு ஊதியம் பண வடிவத்தில் தருவதற்குப் பதிலாக உழைப்புச் சீட்டுகள் தரப்பட்டன. ஒரு மணிநேர உழைப்புக்கு ஒரு உழைப்புச் சீட்டு. அதனைக் கொடுத்துவிட்டு அந்தச் சங்கங்களில் விற்பனை செய்யப்படும் பண்டங்களை வாங்கிக் கொள்ளலாம்.

ing Notes) பணச்சாதனமாகக் கொள்வதன்மூலம் உழைப்பின் உற்பத்திப் பொருட்களைப் பரிமாற்றம் செய்து கொள்வதற்கான தொழிலாளர் கடைகளைப் புதிதாகத் துவக்கி வைத்தார். இந்த உழைப்புச் சீட்டுகளின் அலகு ஒரு மணிநேர வேலையாகும்.

ஓவனும், ஓவனின் காலத்திற்குப் பிறகு அவரது சீடர்களும் இத்தகைய உள்நாட்டுக் குடியேற்றங்களை (Home Colonies) உருவாக்கினர். ஓவன் போன்ற சோசலிச முன்னோடிகளை எள்ளி நகையாடிய ஜெர்மானியக் குட்டி பூர்ஷ்வா சோசலிஸ்டான டூரிங் என்பாருக்கு ஏங்கல்ஸ் கீழ்க்கண்ட பதிலை வழங்கினார்: "ஓவன் தெட்டத்தெளிவான கம்யூனிசத்தைப் பிரச்சாரம் செய்வதோடு மட்டும் நிற்கவில்லை. ஐந்தாண்டுகள் ஹாம்ப்ஷயரில் நல்லிணக்க மண்டபக் குடியேற்றத்தில் (Harmony Hall Colony) அதைச் செயல்படுத்தினார். அவரது கம்யூனிசத்தின் தெளிவான தன்மையில் எவ்வித மாசும் இருக்கவில்லை. இந்தக் கம்யூனிஸ்ட் முன்மாதிரித் திட்டத்தின் முன்னாள் உறுப்பினர் பலருடன் நான் பழகியிருக்கிறேன்", எனினும் இராபர்ட் ஓவன் போன்றவர்கள் கற்பனாவாதிகளாகவே இருந்தனர் என்பதை ஏங்கல்ஸ் வலியுறுத்துகிறார். இராபர்ட் ஓவன், சேன்சிமோன், ஃபூரியெ ஆகிய விமர்சன கற்பனாவாத சோசலிஸ்டுகளின் நிறைகுறைகள் பற்றிய மதிப்பீட்டையும் அவர்களது சீடர்கள் பற்றிய எதிர்மறையான விமர்சனத்தையும் 'கம்யூனிஸ்ட் கட்சி அறிக்கை'யில் காணலாம். அதனை அடுத்த பகுதியில் காண்போம்.

மேற்சொன்ன மூவரைப்போன்ற கற்பனா சோசலிஸ்ட்டுகள் எல்லாருமே பாட்டாளி வர்க்கத்தின் அரசியல் நடவடிக்கைகளை எதிர்த்தனர். அதற்கான காரணத்தை மார்க்ஸ் விளக்கினார். "பாட்டாளி வர்க்கம் தன்னை ஒரு போர்க்குணமிக்க வர்க்கமாக அமைத்துக் கொள்வதை அனுமதிக்கின்ற சமூக நிலைமைகள் போதுமான அளவுக்கு வளர்ச்சியடைந்திருக்கவில்லை. அதன் காரணமாக முதல் சோசலிஸ்ட்வாதிகள் (ஃபூரியெ, ஓவன், சேன் – சிமோன் முதலானோர்) பாட்டாளிகள் தமது வாழ்க்கை நிலைமைகளில் சில மேம்பாடுகளைக் காண்பதற்காக மேற்கொண்ட வேலைநிறுத்தங்கள், உருவாக்கிக் கொண்ட அமைப்புகள், அரசியல் இயக்கங்கள் போன்ற முயற்சிகள் அனைத்தையும் கண்டனம் செய்து, எதிர்கால முன்மாதிரிச் சமுதாயங்கள் பற்றிய கனவு காண்பதுடன் தங்களை மட்டுப்படுத்திக் கொண்டனர்".

4. விமர்சன - கற்பனாவாத சோசலிசம் பற்றிய கம்யூனிஸ்ட் கட்சி அறிக்கையின் விமர்சனம்

சேன்– சிமோனும் பிற விமர்சன – கற்பனாவாத சோசலிஸ்டு வாதிகளான ஷார்ல் ஃபூரியெ, ராபர்ட் ஓவன் ஆகியோரும் கூறிய கருத்துகள் "பாட்டாளி வர்க்கத்திற்கும் முதலாளி வர்க்கத்திற்கும் இடையிலான போராட்டத்தின் வளர்ச்சியுறாத ஆரம்பக் காலக் கட்டத்தில் உதித்தவை" என்று கம்யூனிஸ்ட் கட்சி அறிக்கையில் மார்க்சும் ஏங்கல்சும் எழுதினர்.

கற்பனாவாத சோசலிச அமைப்புகள் குறித்த கருத்துகளைப் பரப்பிய மேற்சொன்ன மூவர் பற்றிய அவ்வறிக்கை கூறுவதாவது:

"இந்த அமைப்புகளை நிறுவியவர்கள் அப்போது நிலவிய சமுதாய அமைப்பில் இருந்த வர்க்கப் பகைமையையும், அதில் இருந்த நசிவுச் சக்திகளின் செயல்பாட்டையும் பார்க்கத்தான் செய்கின்றனர். ஆனால் இன்னும் குழந்தைப் பருவத்திலிருக்கும் பாட்டாளி வர்க்கமோ, வரலாற்று வழிப்பட்ட முன் முயற்சியோ, சுதந்திரமான அரசியல் இயக்கமோ ஏதும் இல்லாத ஒரு வர்க்கமாகவே அவர்களுக்குக் காட்சியளிக்கிறது.

தொழில்வளர்ச்சி எந்த வேகத்தில் நடக்கிறதோ அதே வேகத்தில் தான் வர்க்கப் பகைமையும் வளர்ச்சியடைவதால் அவர்கள் கண்ட பொருளாதாரச் சூழ்நிலைமை, பாட்டாளி வர்க்கத்தின் விடுதலைக்கு பொருளாயத நிலைமைகளை இன்னும் அவர்கள் கண்ணுக்கு வெளிப்படுத்தவில்லை. எனவே அவர்கள் இந்த நிலைமைகளை உருவாக்கக் கூடிய ஒரு புதிய சமூக விஞ்ஞானத்தை, புதிய சமூக விதிகளைத் தேடிச் செல்கிறார்கள்.

இவ்வாறு இவர்களைப் பொறுத்தவரை வரலாற்றுச் (வழிப்பட்ட) செயல்பாடு, தனிப்பட்ட முறையில் அவர்களால் செயற்கையாக உருவாக்கப்பட்ட செயல்பாட்டுக்கு அடிபணிய வேண்டும். பாட்டாளி வர்க்கத்தின் விடுதலைக்கு வரலாற்று வழியில் உருவாக்கப் பட வேண்டிய நிலைமைகள் கற்பனையில் உருவாக்கிய நிலைமைகளுக்கு அடிபணிய வேண்டும். படிப்படியாகவும் தன்னியல்பாகவும் உருவாக வேண்டிய பாட்டாளி வர்க்க ஒழுங்கமைப்பு, கற்பனா சோசலிசவாதத்தை புனைந்துள்ளவர்களால் இதற்கென சிறப்பாக செயற்கையாக உருவாக்கப்பட்ட நிலைமைகளுக்கு அடிபணிய வேண்டும். இவர்களது பார்வையில் எதிர்கால வரலாறு என்பது தங்கள் சமூகத் திட்டங்களுக்கான பிரச்சாரமும் அத்திட்டங்களை நிறைவேற்றுவதற்கான நடைமுறைகளுமே என்றாகிவிட்டது.

பிற வர்க்கங்களைவிட மிக அதிகமான அவதியுறும் வர்க்கமான பாட்டாளி வர்க்கத்தின் நலன்களின் மீதே முதன்மையான அக்கறை செலுத்த வேண்டும் என்ற உணர்வோடுதான் அவர்கள் தங்கள் திட்டங்களை உருவாக்கியுள்ளனர். பாட்டாளி வர்க்கம் என்பது மிக அதிகமாய் துன்புறும் வர்க்கம் என்ற அளவில்தான் அவர்கள் பார்வை உள்ளது.

வர்க்கப் போராட்டத்தில் வளர்ச்சியடையாத நிலையும் இவ்வகை சோசலிஸ்டுகளின் சுற்றுச் சார்புகளும் அவர்களை வர்க்கப் பகைமைகள் அனைவற்றுக்கும் தாங்கள் மிகவும் மேம்பட்டவர்களாக கருதிக் கொள்ளும்படி செய்கின்றன. அவர்கள் சமுதாயத்தின் ஒவ்வொரு உறுப்பினரின் நிலைமையையும் மிகவும் சிறப்புரிமை பெற்றவர்களின் நிலைமையும் கூட – மேம்படுத்த விரும்புகின்றனர். ஆதலால்தான் அவர்கள் வர்க்க வேறுபாடுகளைப் பார்க்காமல், சமுதாயம் முழுமைக்கும் வேண்டுகோள் விடுக்கிறார்கள். அது மட்டு மின்றி எல்லாருக்கும் முதலாய் ஆளும் வர்க்கத்திற்குத்தான் வேண்டு கோள் விடுக்கிறார்கள். இவர்கள் உருவாக்க விரும்பும் அமைப்பைப் புரிந்து கொள்பவர்கள் சமுதாயத்தின் மிகச்சிறந்த நிலைக்குரிய மிகச் சிறந்த திட்டம் அதுதான் என்பதைப் பார்க்கத் தவறமாட்டார்கள் அல்லவா?

ஆகவேதான் அவர்கள் எல்லா அரசியல் நடவடிக்கையையும் குறிப்பாக புரட்சிகர நடவடிக்கையையும் நிராகரிக்கிறார்கள்.

அமைதி வழியில் தங்கள் குறிக்கோள்களை அடைய விரும்புகிறார்கள். கட்டாயம் தோல்வியடைந்தே தீரும் சின்னச்சின்ன பரிசோதனைகள் மூலமும், புதிய சமூக வேதத்திற்கான பாதையை அமைக்க முயல்கிறார்கள்.

எதிர்காலச் சமுதாயத்தைப் பற்றிய இத்தகைய கற்பனைச் சித்திரங்கள், பாட்டாளி வர்க்கம் இன்னமும் வளர்ச்சியடையாத நிலையில் இருந்துகொண்டு சமுதாயத்தில் தனக்குள்ள நிலைகுறித்த ஒரு கற்பனையான எண்ணத்தை மட்டுமே கொண்டிருக்கிற காலத்தில் தீட்டப்பட்டவையாகும். சமுதாயத்தை ஒட்டுமொத்தமாகத் திருத்தியமைக்க வேண்டும் என்று அவ்வர்க்கத்திற்கு முதன் முதலாக உள்ளுணர்வாக ஏற்படும் ஆர்வங்களுக்கு ஏற்ப அமைந்துள்ளவையே இச்சித்திரங்கள்.

ஆனால் இந்த சோசலிச, கம்யூனிசக் கருத்துக்களடங்கிய வெளியீடுகளில் ஒரு விமர்சனக் கூறும் அடங்கியிருக்கிறது. அவை நிலவுகிற சமுதாயத்தின் ஒவ்வொரு நெறியையும் தாக்குகின்றன. எனவே பாட்டாளி வர்க்கம் அறிவொளி பெறுவதற்கு வேண்டிய மிக மதிப்பு வாய்ந்த விஷயங்கள் அவற்றில் நிறைந்துள்ளன. அவற்றில் முன்மொழியப்படும் நடைமுறைத் திட்டங்கள் – நகரப் புறங்களுக்கும் நாட்டுப்புறங்களுக்குமுள்ள பாகுபாடு, குடும்பம், தனிநபர் நலனுக்காக தொழில்களை நடத்துதல், கூலிமுறை ஆகியவற்றை ஒழித்துக்கட்டுதல், சமூக நல்லிணக்கத்தைப் பிரகடனப்படுத்துதல், அரசின் செயல்பாடுகளை பொருளுற்பத்தியை மேற்பார்வையிடுவதாய் மட்டும் இருக்கும்படி மாற்றியமைத்தல் ஆகியன வர்க்கப் பகைமைகள் மறைந்தொழிந்ததை மட்டும் குறிப்பவையாய் உள்ளன. அந்த வர்க்கப் பகைமைகள் அக்காலகட்டத்தில் அப்போதுதான் தலைதூக்கிக் கொண்டிருந்தன. அவற்றின் ஆரம்ப காலத் தெளிவற்ற, வரையறை செய்யப்படாத வடிவங்களை மட்டுமே இந்தக் கற்பனாவாத சோசலிச எழுத்துக்கள் புரிந்து கொண்டுள்ளன. எனவே அவை முன் வைக்கும் திட்டங்கள், முற்றிலும் கற்பனாவாதத் தன்மை கொண்டவையே ஆகும்.” (Marx, Engels, Manifesto of the Communist Party, Part III)

விமர்சன – கற்பனாவாத சோசலிசத்தை உருவாக்கிய சேன் – சிமோன், ஃபூரியெ, இராபர்ட் ஓவன் ஆகியோரது சீடர்களைக் ‘கம்யூனிஸ்ட் கட்சி அறிக்கை கடுமையாக விமர்சிக்கிறது. நவீன

கால வர்க்கப் போராட்டத்திலிருந்து அவர்கள் விலகி நின்று அதனைத் தாக்குவதால், கற்பனாவாத சோசலிசம் தனது நடைமுறை மதிப்பையும் தத்துவ நியாயத்தையும் இழந்துவிட்டது என்று அது கூறியது.

அது மேலும் கூறுவதாவது:

"இந்த அமைப்புகளை நிறுவியவர்கள் பலவிதத்திலும் புரட்சிகரமானவராய் இருந்திருப்பினுங்கூட, இவர்களது சீடர்கள் ஒவ்வொரு சந்தர்ப்பத்திலும் வெறும் பிற்போக்குக் குறுங் குழுக்களாகவே அமைந்திருக்கிறார்கள். பாட்டாளி வர்க்கத்தின் முற்போக்கான வரலாற்று ரீதியான வளர்ச்சிக்கு எதிராக, அவர்கள் தமது ஆசான்களின் மூலக்கருத்துகளைக் கெட்டியாகப் பிடித்துக் கொண்டிருக்கிறார்கள். எனவே அவர்கள் வர்க்கப் போராட்டத்தை மழுங்கடிக்கவும் வர்க்கப் பகைமைகளுக்கு இணக்கம் காணவும் முயற்சி செய்கின்றனர். அதுவம் முரணற்ற வகையில் முறையாக முயற்சி செய்கின்றனர். சோதனை முயற்சிகள் மூலம் தமது கற்பனாவாதத் திட்டங்களை நனவாக்கலாமென்று, தனிப்பட்ட சில 'ஃபலான்ஸ்தேர்களையும்,[1] "உள்நாட்டுக் குடியேற்றங்களையும்', சிறிய ஐகேரியாவையும்"[2] 'புதிய ஜெருசலத்தின்' இந்தக் குட்டிப் பதிப்புகளை உருவாக்கிவிடலாம் என்று இன்னமும் கனவு காண்கிறார்கள். இந்த ஆகாயக் கோட்டைகளைக் கட்டுவதற்காக இவர்கள் முதலாளிமார்களது பரிவுணர்வையும் பணத்தையும் எதிர்பார்த்து வேண்டுகோள் விடுக்கும் கட்டாயத்திற்குள்ளாகிறார்கள். படிப்படியாய் இவர்கள்... பிற்போக்குப் பழைமைவாத சோசலிசவாதிகளின் அணிக்குத் தாழ்ந்துவிடுகிறார்கள்... எனவே இவர்கள் பாட்டாளி வர்க்கம் மேற்கொள்ளும் எந்த

---

1. ஃபலான்ஸ்தேர்கள், ஷார்ல் ஃபூரியெவின் திட்டத்தின்படி உருவாக்கப்பட்ட சோசலிசக் குடியேற்றங்கள் 'ஐகேரியா' என்பது காபெ தமது கற்பனை உலகிற்கும் பின்னர் தாம் அமெரிக்காவில் உருவாக்கிய கம்யூனிசக் குடியேற்றத்திற்கும் கொடுத்த பெயராகும். ('1888-ஆம் ஆண்டு ஆங்கிலப் பதிப்புக்கு ஏங்கல்ஸ் எழுதிய குறிப்பு.)

2. 'உள்நாட்டுக் குடியேற்றங்கள்' (Home Colonies) என்பது இராபர்ட் ஓவன், இங்கிலாந்தில் தாம் உருவாக்கிய கம்யூனிச முன்மாதிரிகளுக்கு வைத்த பெயராகும். ஃபூரியெ திட்டமிட்ட கூட்டுவாழ்வில்லங்களுக்கான பெயர்தான் ஃப்லான்ஸ்தேர்கள். 'ஐகேரியா' என்பது காபெ, தமது கற்பனா உலகில் உள்ள கம்யூனிச நிறுவனங்களைச் சித்தரிப்பதற்காகச் சூட்டிய பெயராகும் (1890-ஆம் ஆண்டு ஜெர்மன் பதிப்புக்கு ஏங்கல்ஸ் எழுதிய குறிப்பு)

அரசியல் நட வடிக்கையையும் வன்மையாக எதிர்க்கிறார்கள். அத்தகைய அரசியல் நடவடிக்கைகள் அவர்களது புதிய வேதத்தில் பாட்டாளி வர்க்கம் கொண்டுள்ள விவேகமற்ற அவநம்பிக்கையின் காரணமாகத் தோன்றுகின்றன என்று கருதுகிறார்கள்.

இங்கிலாந்தில் இராபர்ட் ஓவனின் சீடர்களும், பிரான்சில் ஃபூரியெவின் சீடர்களும் முறையே சாசன இயக்கத்தாரையும் 'சீர்திருத்தம்' (La Reforme) பத்திரிகையின் ஆதரவாளர்களையும் எதிர்க்கின்றனர்" (Marx, Engels Manifesto of the Communist Party Part III).

விளக்கக் குறிப்புகள் III

சாசன இயக்கம் (Chartist Movement)

1839–இல் இங்கிலாந்தில் நிறுவப்பட்ட **இலண்டன் தொழிலாளர் சங்கம்** (London Society of Workers), தேர்தல் சீர்திருத்தங்கள் குறித்த கோரிக்கைகள் அடங்கிய செயல்திட்டமொன்றை 1837–இல் வெளியிட்டு அச்செயல்திட்டத்தை நிறைவேற்றுவதற்கான இயக்கத்தைத் தொடங்கியது. அக்கோரிக்கைப் பட்டியல் **'மக்கள் சாசனம்'** (People's Charter) என அழைக்கப்பட்டதால் அந்த இயக்கத் தைச் சேர்ந்தவர்கள் சாசனவாதிகள் என்று அழைக்கப்படலாயினர். பூர்ஷ்வா வர்க்கத்தின் முற்போக்குப் பிரிவின் பிரதிநிதிகளும் அவ்வியக்கத்தில் சேர்ந்தனர். இங்கிலாந்தின் முக்கிய நகரங்களில் நடந்த பொதுக்கூட்டங்களில் அச்சாசனம் பகிரங்கமாக விவாதிக்கப் பட்டது. அப்பொதுக்கூட்டங்கள், 1839 – பிப்ரவரி 4–இல் இலண்டனில் நடந்த முதல் சாசனவாதிகள் மாநாட்டிற்குப் பிரதிநிதிகளைத் தேர்ந் தெடுத்தது. அந்த மாநாடு சாசன இயக்கத்திற்குத் தலைமைதாங்கி நடத்தும் குழுவொன்றைத் தேர்ந்தெடுத்தது. ஆனால் அக்குழுவில் இருந்த பூர்ஷ்வா வர்க்கத்தின் பிரதிநிதிகள், இயக்கப் பணிகளுக்கு இடையூறு விளைவித்து வந்தனர். நாடாளுமன்றத் தேர்தலுக்கு இரகசிய வாக்கெடுப்பு முறை நடைமுறைப்படுத்தப்பட வேண்டும்; வயது வந்தோர் அனைவருக்கும் வாக்குரிமை வழங்கப்பட வேண்டும்; இங்கிலாந்து சம அளவிலான மாவட்டங்களாகப் பிரிக்கப் பட வேண்டும்; நாடாளுமன்ற உறுப்பினர்களுக்கு என வரையறை செய்யப்பட்டிருந்த தகுதிகள் அனைத்தும் அகற்றப்பட வேண்டும்; நாடாளுமன்றத்துக்கு ஆண்டுதோறும் தேர்தல்கள் நடத்த வேண்டும்; நாடாளுமன்றப் பிரதிநிதிகளுக்கு ஊதியம்

தரப்பட வேண்டும் என்ற கோரிக்கைகளுக்கான கையெழுத்து இயக்கம் நடத்தப்பட்டது. அச்சாசனத்தில் 1,28,000 பேர் கையெழுத்திட்டிருந்தும் அன்றைய இங்கிலாந்து நாடாளுமன்றம் அதைப் பரிசீலிக்க மறுத்துவிட்டது. எனினும் உற்சாகம் குன்றாது தொழிலாளர்கள் தமது இயக்கத்தை நடத்தினர். அது வெகுமக்கள் தன்மையைப் பெறத் தொடங்கியவுடன் அதிலிருந்த பூர்ஷ்வா வர்க்கப் பிரதிநிதிகள் ஒதுங்கிக் கொண்டனர். பூர்ஷ்வா ஜனநாயக சீர்திருத்தத்தைக்கூட அவர்கள் கைவிட்டு விட்டனர். அதன்பிறகு சாசன இயக்கம் முழுக்க முழுக்கப் பாட்டாளி வர்க்க இயக்கமாயிற்று. 1840–இல் உருவாக்கப்பட்ட தேசிய சாசன சங்கம் (The National Chartist Association) ஒரு தொழிலாளி வர்க்க அமைப்புக்குரிய அம்சங்களைப் பெறலாயிற்று. அதற்குச் சட்ட திட்டங்கள் உருவாக்கப்பட்டன. நிரந்தர நிர்வாகக்குழு அமைக்கப் பட்டது. உறுப்பினர்களிடமிருந்து சந்தா வசூலிக்கப்பட்டது. அந்தச் சங்கம் பல்வேறு சமூகப் பிரச்சினைகளுக்கான தீர்வுகளுக்கான கோரிக்கைகளடங்கிய புதியதொரு சாசனத்தை உருவாக்கியது. தொழிலாளிகள் வாழ்க்கை நிலைமைகள் சீரழிந்திருப்பதையும், தொழிற்சாலைகளில் உழைப்பாளிகள் அடிமைகள் போல் நடத்தப் படுவதையும் சுட்டிக்காட்டியது. அச்சாசனத்தில் 30இலட்சம் பேருக்கு மேற்பட்டோர் கையெழுத்திட்டனர். ஆனால் அச்சாசனமும் நாடாளுமன்றத்தால் புறக்கணிக்கப்பட்டது. அதன் பிறகு நாடு முழுவதும் பல்வேறு வேலை நிறுத்தங்கள் நடந்தன. அக்காரணத்தால் இங்கிலாந்து நாடாளுமன்றம் 1847 – இல் வேலை நேரத்தை நாளொன்றுக்குப் பத்துமணி நேரமாகக் குறைக்கும் சட்டமொன்றை இயற்றியது.

அந்த இயக்கம், இங்கிலாந்தால் ஒடுக்கப்பட்டு வந்த அயர்லாந்து மக்களுக்கு ஆதரவாகப் பல கிளர்ச்சிகளை நடத்தியது. அயர்லாந்துக்காரரான பியர்கஸ் ஓ' கான்னர் (Feargus O' Connor) என்பாரை ஆசிரியராகக் கொண்டு தொடங்கப்பட்ட அந்த இயக்கத் தின் ஏடான The Northern Star–இல் ஏங்கல்ஸ் ஏழாண்டுகள் தொடர்ந்து எழுதிவந்தார். அவ்வேட்டைப் போர்க்குணம் மிக்க பாட்டாளி வர்க்க ஏடாக மாற்றியவர் சாசன இயக்கத் தலைவர்களிலொருவரான ஜூலியன் ஹார்னி (Julian Harney) என்பவராவார். ஓ'கான்னெர், பாட்டாளி வர்க்க இயக்கத்திலிருந்து விலகி குட்டி பூர்ஷ்வா நிலைப் பாட்டை மேற்கொண்ட போது, ஹார்னி அந்த ஏட்டிலிருந்து

விலகினார். சாசன இயக்கம் அன்றைய இங்கிலாந்திலிருந்த ஒரே ஒரு புரட்சிகரப் பாட்டாளி வர்க்க இயக்கமாக இருந்ததால், இங்கிலாந்தில் கம்யூனிஸ்டுகள் அந்த இயக்கத்திற்குள் பணியாற்ற வேண்டும் என்று 'கம்யூனிஸ்ட் கட்சி அறிக்கை' கூறியது. சாசன இயக்கத்தை இங்கிலாந்தின் கற்பனாவாத சோசலிஸ்ட்டான இராபர்ட் ஓவனைப் பின்பற்றி வந்தோர் (Owenites) கடுமையாக எதிர்த்தனர்.

சாசன இயக்கம், பாட்டாளி வர்க்கத்தைப் பொறுத்தவரை புரட்சிகரமானதாக விளங்கிய போதிலும் பெண்கள் பிரச்சினை குறித்து ஒன்று அது அக்கறை காட்டவில்லை அல்லது அப் பிரச்சினையை ஒரேயடியாகப் புறக்கணிக்கவும் செய்தது. அரசியல் ரீதியாகப் புரட்சிகரமானதாக விளங்கிய சாசன இயக்கத்திற்கு மாறாக அதிக அளவில் பெண்கள் பிரச்சினை மீது அக்கறைகாட்டி வந்தவர்கள், அரசியல் ரீதியாக மிதவாதப் போக்குடையவர்களாக – சில சமயம் அரசியலையே புறக்கணித்த – ஓவனைட்டுகளாவர். இது குறித்த போதிய விவரங்கள் இந்நூலின் முன்னுரையில் தரப்பட்டுள்ளன.

விளக்கக் குறிப்புகள் - II, III ஆகியவற்றுக்கான துணை நூல்களும் கட்டுரைகளும்

Anikin, A.	A Science in its Youth : Pre - Marxian Political Economy, Progress Publishers, Moscow, 1975.
Draper, Hal	Karl Marx's Theory of Revolution: Volume IV, Critique of other Socialisms, Monthly Review, Press New York, 1990.
Enfantin, Barthelemy Prosper	Life Eternal: Past Present-Future translated by Fred Rotherwell, The Open Country Publishing Company, London, 1920.
Engels, Frederich	Anti-During, Progress publishers, Moscow, 1978.
Lowy, Michael	Globalisation and Internationalism: How Up-to-date is the Communist Manifesto Monthly Review, Volume 50 NO. 6 (November 1998), New York.
Kirkup, Thomas	A History of Socialism, Adam and Charles Black, London, 1909. (Fourth Edition)
Marx, Karl	Economic and Philosophical Manuscripts 1844, Foreign Language Publishing Press, Moscow, 1961.
Marx, Karl - Engels, Frederich	Collected Works, Vol. 7, Progress Publishers, Moscow, 1977.
Marx, Karl - Engels, Frederich	Manifesto of the Communist Party, Progress Publishers, Moscow, 1986.
Marx, Karl - Engels, Frederich	The German Ideology, Progress Publishers, Moscow, 1968.
Valavoi.D. and Lapshina, H.	Names on An Obelisk, Progress Publishers, Moscow, 1983.